D1680468

மோகப் பெருமயக்கு

(தி. ஜானகிராமன் படைப்புகள் பற்றிய பதிவுகள்)

மோகப் பெருமயக்கு
(தி. ஜானகிராமன் படைப்புகள் பற்றிய பதிவுகள்)

சுகுமாரன் (பி. 1957)

கோவையில் பிறந்தவர். அச்சிதழ், தொலைக்காட்சி, நூல் வெளியீட்டுத் துறைகளில் பணியாற்றியவர். கவிஞர், கட்டுரையாளர், நாவலாசிரியர், மொழிபெயர்ப்பாளர். *காலச்சுவடு* இதழின் பொறுப்பாசிரியர். கனடா தமிழ் இலக்கியத் தோட்டத்தின் வாழ்நாள் சாதனையாளருக்கான இயல்விருதை 2016இல் பெற்றவர்.

தொடர்புக்கு: nsukumaran@gmail.com

சுகுமாரன்

மோகப் பெருமயக்கு
(தி. ஜானகிராமன் படைப்புகள் பற்றிய பதிவுகள்)

காலச்சுவடு பதிப்பகம்

● அன்பார்ந்த வாசகருக்கு,

வணக்கம்.

காலச்சுவடு நூலை வாங்கியமைக்கு நன்றி.

நூலின் உள்ளடக்கம், உருவாக்கம், அட்டைப்படம் இன்ன பிற அம்சங்கள் பற்றிய உங்கள் கருத்துகளையும் ஆலோசனைகளையும் காலச்சுவடு வரவேற்கிறது. தகவல், எழுத்து, வாக்கியப் பிழைகள் தென்பட்டால் கட்டாயம் தெரிவித்து உதவுங்கள். நூல் தயாரிப்பில் கடும் குறைபாடு இருப்பின் மாற்றுப் பிரதி உங்களுக்குக் கிடைக்கக் காலச்சுவடு ஏற்பாடு செய்யும்.

மின்னஞ்சல்: **publisher@kalachuvadu.com**

காலச்சுவடு நாகர்கோவில் தலைமையகத்துக்கும் கடிதம் அனுப்பலாம்.

தங்கள்
எஸ்.ஆர். சுந்தரம் (கண்ணன்)
பதிப்பாளர் — நிர்வாக இயக்குநர்

மோகப் பெருமயக்கு ◆ கட்டுரைகள் ◆ ஆசிரியர்: சுகுமாரன் ◆ © N. சுகுமாரன் ◆ முதல் பதிப்பு: நவம்பர் 2021 ◆ வெளியீடு: காலச்சுவடு பப்ளிகேஷன்ஸ் (பி) லிட்., 669, கே.பி. சாலை, நாகர்கோவில் 629001

காலச்சுவடு பதிப்பக வெளியீடு: 1037

mookapperumayakku ◆ Essays ◆ Author: Sukumaran ◆ ©N.Sukumaran ◆ Language: Tamil ◆ First Edition: November 2021 ◆ Size: Demy 1 x 8 ◆ Paper: 18.6 kg maplitho ◆ Pages: 136

Published by Kalachuvadu Publications Pvt. Ltd., 669, K.P. Road, Nagercoil 629001, India ◆ Phone: 91-4652-278525 ◆ e-mail:publications @kalachuvadu.com ◆ Printed at Mani Offset, Chennai 600077

ISBN: 978-93-5523-061-4

11/2021/S.No. 1037, kcp 3305, 18.6 (1) ass

பொருளடக்கம்

முன்னுரை: சொற்படு நயம்	9
அஞ்சலி	19
மீறலின் புனிதப் பிரதி	21
மோகப் பெருமயக்கு	30
அழகின் சிலிர்ப்பு	43
ஆர்வப் பதிப்பு	63
மோகத்தின் நிழல்	78
கண்டறியாதன கண்டோம்	82
இரு மேதைகளின் நூற்றாண்டு	88
இன்றும் தி. ஜானகிராமன்	94
சந்திரப் பிறையின் செந்நகை பொலிக	102
கொம்பில் பழுத்த கனிகள்	113
அழகும் ஒளியும் நிரம்பிய எழுத்துக்கள்	126

முன்னுரை

சொற்படு நயம்

வாசகனாகத் திரும்பத் திரும்ப வாசித்த படைப்பாளர்களில் ஒருவர். எழுத்தாளன் என்ற முறையில் அதிகம் எழுதுவித்த இலக்கிய ஆளுமைகளில் ஒருவர். இந்த இரண்டு நிலைகளில் தி. ஜானகிராமனை அணுகி அவ்வப்போது எழுதியவற்றின் தொகுப்பு இது. அஞ்சலிக் குறிப்பு, தனிக் கட்டுரை, முன்னுரை, தொகுப்புரை, பதிப்புரை, இணையப் பதிவு, பின்னட்டைக் குறிப்பு என்று வெவ்வேறு வடிவங்களில் எழுதியவை. எந்த வடிவத்தில் எழுதினாலும் அதில் தி. ஜானகிராமன் பற்றிய என்னுடைய உணர்வுகளும் கருத்துக்களும் இடம்பெறுமாறு பார்த்துக்கொண்டிருக்கிறேன். அதனாலேயே இவற்றைத் தொகுப்பாக்க முன்வந்தேன். தொகுப்பாகப் பார்க்கும்போது அபிமானத்துக்குரிய எழுத்தாளர் ஒருவரைப் பற்றி இவ்வளவு பக்கங்களா எழுதியிருக்கிறேன் என்ற வியப்பே மேலிடுகிறது.

பள்ளிப்பருவத்தில் ஏற்பட்ட இலக்கிய ஆர்வம் எனக்குக் கிடைத்த நல்லாசிரியர்களால் ஊக்கம் பெற்று இறுதிவகுப்புகளை எட்டுவதற்குள் தீவிர மடைந்தது. சோமு சார் என்ற சோமசுந்தரம், ஜெயகாந்தன் படைப்புகளை அறிமுகப்படுத்தினார்; ஜெயகாந்தனையும் அறிமுகப்படுத்தினார். அதிலிருந்து வாசிப்பில் வேகம் கூடியது. அன்றைய பசிமிகுந்த வாசிப்பில் பலரது படைப்புகளையும் தேடிக் கண்டடைந்தேன்; மனமார வாசித்தேன். அவ்வாறு வாசித்த முதன்மை எழுத்தாளர்களில்

ஒருவர் தி. ஜானகிராமன். நான் வாசித்த அவருடைய முதல் கதை 'கடைசி மணி'. கல்கி 1970 தீபாவளி மலரில் வெளிவந்தது. அது தந்த வாசிப்புப் பரவசம் அலாதியானது. தவிர அந்தக் கதையை வாசித்த அன்று எங்கள் பள்ளியிலும் பகலுணவு இடைவேளைக்குப் பிறகு நடந்த ஒரே வகுப்புடன் விடுமுறை அளிக்கப்பட்டது. பிரதமரோ குடியரசுத் தலைவரோ நகருக்கு வருவதை ஒட்டி அறிவிக்கப்பட்ட விடுமுறை. வாசித்துப் பதிற்றாண்டுகளுக்குப் பின்னும் கடைசி மணி நினைவில் ரீங்கார மிட்டுக் கொண்டிருப்பதற்கு அந்தத் தற்செயல் விடுமுறையே உபரிக் காரணம்.

நான் படித்த பூசாகோ கலைக் கல்லூரியின் நூலகம் பிரம்மாண்டமானது. துறைசார் நூல்களின் பெரும் சேகரத்துக்குக் கொஞ்சமும் குறையாத அளவில் பொதுநூல்களும் நிறைய இருந்தன. நவீன படைப்புகள் பலவும் இருந்தன. நூலக அட்டையைப் பயன்படுத்திப் பாடம் தொடர்பான புத்தகங்களை எடுத்ததைவிடப் பழையவையும் நவீனமானவையுமான இலக்கிய நூல்களையே அதிகம் எடுத்திருக்கிறேன். அந்த மூன்றாண்டுகளில் பலமுறை எடுத்த நூல் 'மோகமுள்'. என்னுடைய நூலக அட்டையைப் பரிசோதித்த நூலகர், "பாட சம்பந்தமாகத் தெரிந்துகொள்ளத்தான் நூலகத்தைப் பயன்படுத்த வேண்டும். கதைப் புத்தகம் படிப்பதற்காக இல்லை. நீ இந்தப் புத்தகத்தை எடுத்துப்போவதைப் பார்த்தால் உனக்கு இதில்தான் பரீட்சை என்பதுபோல இருக்கிறது" என்று அறிவுரையாகவும் கேலியாகவும் சொன்னார். அப்படி வைக்கப்படுமானால் நூற்றுக்கு நூறு மதிப்பெண் எனக்குத்தான் என்று பதில் சொல்ல விரும்பியும் சொல்ல முடியாமல் முகத்தைத் தொங்கப் போட்டுக் கொண்டு திரும்பியது நினைவில் மங்காமல் இருக்கிறது.

பள்ளிப் பருவ இறுதியில் அறிமுகமாகிக் கல்லூரிக் காலம் முடிவதற்குள் அதுவரை வெளியாகியிருந்த தி. ஜானகிராமனின் எல்லாப் படைப்புகளையும் ஆர்வத்துடன் வாசித்திருந்தேன். 'கொட்டு மேளம்' முதல் 'பிடிகருணை' வரையான சிறுகதைத் தொகுப்புகளையும் 'அமிர்தம்' முதல் 'மரப்பசு' வரையான நாவல்களையும் மூன்று பயணக் கதைகளையும் வாசித்து முடித்திருந்தேன். அவற்றைப் பற்றிய சுயமான மதிப்பீடுகளும் உருவாகியிருந்தன. இதற்கிடையே எழுதிய ஓரிரு கவிதைகளும் கதைகளும் இதழ்களில் வெளிவந்திருந்தன. உச்சி மண்டையில் ஞானக் கொம்பு முளைப்பதற்கான புடைப்பும் தட்டுப்பட்டது. இலக்கிய நண்பர்களின் அறிமுகமும் இலக்கியக் கூட்டங்களில் பங்கேற்கும் வாய்ப்பும் கிடைத்தன. சில எழுத்தாளர்கள் பற்றிக் கட்டுரைகளும் எழுத நேர்ந்தது.

தி. ஜானகிராமன் படைப்புகள் தொடர்பாக முதலில் எழுதியது ஒரு மறுப்புக் கட்டுரை. உதகை நண்பர் பு.வ. மணிக்கண்ணன் எழுபதுகளின் இறுதியில் 'நீலமலைப் பனிமலர்' தனிச் சுற்றிதழைக் கொண்டு வந்தார். இரண்டு இதழ்கள் வெளிவந்தன. முதல் இதழில் குறிப்பிடும்படியான உள்ளடக்கம் இருக்கவில்லை. ஆனால் இரண்டாம் இதழில் இலக்கியத்துக்கு முக்கியத்துவம் அளிக்கப்பட்டிருந்தது. 'மரப்பசு' நாவலை விமர்சித்து நிவேதிதா (சாரு நிவேதிதா) எழுதிய கட்டுரை இடம்பெற்றிருந்தது. நாவல் அன்றைய என் சிந்தனையில் அனலை மூட்டியிருந்தது. மையப் பாத்திரமான அம்மணி ஓர் இலட்சியப் பெண்ணாக மனதில் நன்னடை பயின்றுகொண்டிருந்தாள். எனவே நீலமலைப் பனிமலரில் வெளியான விமர்சனத்துக்கு நாலுபக்க அளவில் ஒரு மறுப்புக் கட்டுரை எழுதி அனுப்பினேன். பத்திரிகை இரண்டு இதழ்களோடு நின்றுபோனது. எனவே கட்டுரை வெளியாகவில்லை. சில ஆண்டுகளுக்குப் பிறகு மணிக் கண்ணனுடன் நட்பு ஏற்பட்டது. அந்த உரிமையில் கட்டுரை யின் கையெழுத்துப் பிரதியைத் திரும்பப்பெற முயன்றேன். முயற்சி பலனளிக்கவில்லை. 'அதெல்லாம் பத்திரிகையை அச்சிட்ட உதகை பார்வதி பவர் பிரஸ்ஸின் காகிதக் கழிவில் கலந்திருக்கும்' என்று கை விரித்தார்.

1982, ஜனவரி 2ஆம் நாள் தி. ஜானகிராமனைச் சென்னை யில் சந்திக்கும் வாய்ப்புக் கிடைத்தது. அப்போது அவர் *கணையாழி* இதழின் கௌரவ ஆசிரியராக இருந்தார். சிற்றிதழாளர்களும் மாற்றுக் கலைச் செயல்பாட்டாளர்களும் உருவாக்கிய 'இலக்கு' அமைப்பின் கூட்டத்தில் கலந்து கொள்வதற்காக இலக்கிய நண்பர்களுடன் சென்னை சென்றிருந்தேன். நாங்கள் தங்கியிருந்தது பெல்ஸ் சாலையில் கணையாழி அலுவலகத்துக்கு நான்கு கட்டடங்கள் தள்ளியிருந்த ஆசிரியர் சங்க அலுவலகத்தில். காலையுணவுக்குப் பின்பு 'பக்கத்தில்தானே கணையாழி அலுவலகம். தி. ஜானகிராமனைச் சந்தித்துவிட்டுக் கூட்டத்துக்குப் போகலாமே?' என்ற என்னுடைய யோசனையை நண்பர்கள் ஏற்றுக்கொண்டார்கள். பத்து மணி வாக்கில் அலுவலகத்துக்குச் சென்று விசாரித்துக்கொண்டிருந்த போது தி. ஜானகிராமன் உள்ளே வந்தார். அன்றாடப் பணிகளை ஒத்திவைத்து எங்களுடன் உரையாடலில் ஈடுபட்டார். காப்பி சாப்பிட வருகிறீர்களா என்றதும் தயக்கமில்லாமல் உடன் வந்தார். இரண்டாவது டோஸ் காப்பி சாப்பிடும்வரை பேசிக் கொண்டிருந்தார். தன்னுடைய படைப்புகளைப் பற்றிப் பெருமை பாராட்டாதவராக இருந்தார். அப்படி எதையாவது சொன்னாலும் அதிலிருந்து பேச்சைத் திசைமாற்றிவிடுபவராக இருந்தார்.

புதிய எழுத்தாளர்களை வரவேற்கும் பெருந்தன்மை இருந்தது. இலக்கியம் பேசும்போது உதடுகளுக்குள்ளேயே ஒளிந்து கொண்டிருந்த புன்னகை, இசையைப் பற்றியும் சில மனிதர்களைப் பற்றியும் குறிப்பிடும்போதும் சில கதாபாத்திரங்களைக் குறித்த ஊகங்களைத் தெரிவித்தபோதும் மென்சிரிப்பாக மாறியது. இந்த இயல்புகள் அவர்மீதிருந்த மதிப்பை மேலும் வலுவாக்கின. அவர் படைத்த மேன்மையான கதாபாத்திரங்களில் ஒருவராகவே அவரையும் எண்ணச் செய்தன. அன்று அவருடன் செலவழித்தவை, கணையாழி அலுவலகத்திலும் திருவல்லிக்கேணி முரளி கபேயிலும் இலக்கு கூட்டம் நடைபெற்ற வில்லிவாக்கம் அரங்கிலும் காலையும் பிற்பகலுமாகச் சில மணி நேரங்கள் மட்டுமே. அது வாழ்நாள் முழுவதும் பேணிப் பாதுகாக்கும் அனுபவமாக நீடிக்கிறது. ஒருவேளை வாய்ப்புக் கிடைத்து அவருடன் தொடர்ந்து உரையாடவும் பழகவும் நேர்ந்திருந்தால் ரசக்குறைவான அனுபவங்களும் ஏற்பட்டிருக்கலாமோ என்னவோ. ஆனால் அப்படி நேராமல் காலம் கருணை காட்டியிருக்கிறது. தி. ஜானகிராமனுடன் நீண்ட காலம் பழகிய நண்பர்களும் குறுகிய பழக்க முள்ளவர்களும் அவரைப் பற்றி எழுதியிருக்கும் குறிப்புகள் அப்படி நேர்வதற்கான சந்தர்ப்பம் ஒருபோதும் அமைந்திராது என்றே சாட்சியம் சொல்கின்றன.

1982ஆம் ஆண்டு நவம்பர் 19 அன்று தி. ஜானகிராமன் மறைந்தார். செய்தியை மூன்றாவது நாள்தான் அறிய முடிந்தது. நாளிதழில் ஒற்றைப் பத்தியின் சில வரிகளில் என்னுடைய அபிமான எழுத்தாளரின் மறைவுச் செய்தி ஒதுங்கிப்போனது அவருடைய மரணத்தைவிட நோவை ஏற்படுத்தியது. அந்த நாள் மனச் சோபையை இல்லாமல் ஆக்கியது. சில நாட்களுக்குப் பின்பு ஞானி நடத்திவந்த இலக்கியச் சந்திப்புக் கூட்டத்தில் தி. ஜானகிராமனுக்காகச் சில நிமிடங்களை ஒதுக்கினார். ஞானியின் தொடக்க உரைக்குப் பின்பு அஞ்சலி உரை நிகழ்த்தும் வாய்ப்பு எனக்குக் கொடுக்கப்பட்டது; எழுதி வைத்த உரைதான். ஆனால் அதை முறையாக வாசிக்க இயலாமல் துக்கம் கவ்விக்கொண்டது. கண்களில் நீர்கோத்து இருண்டது. சொற்கள் திக்கின. வாசிப்பைப் பாதியிலேயே நிறுத்திக்கொண்டேன். மீதியை நண்பர் ஆறுமுகம் வாசித்து நிறைவு செய்தார். கூட்டம் முடிந்ததும் ஞானி, "உறவுக்காரர்கள் இழப்புக்குக்கூட யாரும் இவ்வளவு அழ மாட்டார்கள்" என்றார். எழுத்தாளருக்கும் வாசகருக்கும் இடையிலான உறவு சொந்தங்களைவிட மேலானது இல்லையா?" என்று திருப்பிக் கேட்டேன். ஆமோதிப்பாகத் தோளில் தட்டிக் கொடுத்தார். நிகழ் இதழைத் தொடங்கியபோது முதல் இதழிலேயே அந்த

அஞ்சலி உரையை வெளியிடச் செய்தார். தி. ஜானகிராமனைப் பற்றிய என்னுடைய முதல் கட்டுரை அதுவாயிற்று.

வாசிப்பில் நான் நிரந்தரமாகத் தொடரும் முன்னோடி எழுத்தாளர்களில் தி. ஜானகிராமனும் ஒருவர். அவரது படைப்புகளை அவ்வப்போதாகப் பலமுறை வாசித்திருக்கிறேன். ஒவ்வொருமுறை வாசிக்கும்போதும் புதிய தளங்களையும் அனுபவத்துக்கு இசைய புதிய அர்த்தங்களையும் அந்தப் படைப்புகள் கொடுத்தன. ஆனால் அவை பற்றி எழுத வேண்டும் என்று ஒருபோதும் தோன்றியதில்லை. மறைந்த நண்பர் ராஜமார்த்தாண்டன் அப்படி ஒரு தூண்டுதலை ஏற்படுத்தினார். சென்னையிலும் நாகர்கோவிலிலுமாக நடந்த எங்கள் சந்திப்பு களில் அவ்வப்போது ஜானகிராமன் கதைகள், நாவல்கள் பற்றி நான் சொன்னவற்றை நினைவுவைத்திருந்ததே தூண்டுதலுக்குக் காரணம்.

காலச்சுவடு பதிப்பகம் 2005ஆம் ஆண்டு தி. ஜானகிராமன் கதைகளின் தொகுப்பு ஒன்றையும் அவரது வாழ்க்கை பற்றிய தொகுப்பு ஒன்றையும் வெளியிடும் முயற்சியில் ஈடுபட்டது. எழுத்தாளர் பிரபஞ்சன் இரண்டையும் பதிப்பிக்கும் பொறுப்பை ஏற்றிருந்தார். கதைகளின் வெளியீட்டு விவரங்களைச் சரிபார்க்கவும் பதிப்புகளை ஒப்புநோக்கவும் அண்ணாச்சி ராஜமார்த்தாண்டன் கேட்டுக்கொண்டதற்கு இணங்க என் சேகரத்திலிருந்த ஜானகி ராமன் நூல்களை அனுப்பிக் கொடுத்தேன். அண்ணாச்சியுட னான அந்தத் தொலைபேசி உரையாடலில் தி. ஜானகிராமன் படைப்புகளையும் வாழ்க்கையையும் பற்றி எழுதக் கேட்கப்பட்டிருந்தவர்களின் பட்டியலையும் குறிப்பிட்டார். கூடவே "நீங்கள்தான் ஜானகிராமன் கதைகளுக்குப் புது வியாக்கியானங்கள் சொல்கிறீர்களே, அதையெல்லாம் ஒரு கட்டுரையாக எழுதிவிடுங்கள். பிரபஞ்சனிடம் நான் சொல்லு கிறேன்'' என்றும் தெரிவித்தார். அது எனக்கு உவப்பாக இல்லை. பிரபஞ்சனுடன் கொஞ்சம் விரிவாகப் பேசக் கிடைத்த வாய்ப்பில் ஜானகிராமனின் மணம், செய்தி ஆகிய கதைகளைப் பற்றி நீளமாகவே உரையாடியிருக்கிறேன். அதன்மூலம் ஜானகி ராமன் மீதான ஈடுபாட்டையும் காட்டியிருந்தேன். அவற்றை மிகவும் பாராட்டியவர் அந்தப் படைப்பாளியைப் பற்றி எழுதத் தகுதியுள்ளவனாகக் கருதாமல் விட்டது எனக்குக் குறைச்சலாகத் தோன்றியது. ராஜமார்த்தாண்டன் சொன்ன சமாதானங்களை வீம்பாக நிராகரித்தேன். ஆனால் அது எவ்வளவு முதிர்ச்சியற்ற செயல் என்பதைச் சில ஆண்டுகளுக்குப் பிறகு பிரபஞ்சன் தனது பெருந்தன்மையால் சுட்டிக்காட்டினார்.

2014ஆம் ஆண்டு 'தி. ஜானகிராமன் சிறுகதைகள் – முழுத் தொகுப்'பைக் காலச்சுவடு பதிப்பகத்துக்காகத் தொகுத்து வெளியிட்டேன். அந்த ஆண்டு சென்னைப் புத்தகக் காட்சியை யொட்டி நூல் வெளியானது. புத்தகக் காட்சியில் பங்கேற்பதற் காகத் திருவனந்தபுரத்திலிருந்து சென்னைக்குச் சென்று கொண்டிருந்தேன். சென்னையை அடையச் சிலமணி நேரங்களிருந்த அதிகாலையில் எனது கைப்பேசியில் என்னை அழைத்தார் பிரபஞ்சன். அவர் என்னையும் நான் அவரையும் தொலைபேசியில் அழைப்பது மிக அபூர்வம் என்பதால் அந்த அழைப்பு வியப்பளித்தது. அழைப்பை ஏற்றதும் என்னைப் பேச விடாமல் அவரே பேசினார். தான் செய்யாமல் விட்ட காரியத்தை நான் சிறப்பாகச் செய்து முடித்ததாகப் பாராட்டினார். பதிப்பை நேர்த்தியாகக் கொண்டு வந்திருப்பதாகவும் முன்னுரை ஆழமாக அமைந்திருப்பதாகவும் குறிப்பிட்டார். இப்படி ஒரு பதிப்பைப் பார்த்தால் தி. ஜானகிராமன் எவ்வளவு சந்தோஷப் பட்டிருப்பாரோ அதைவிட அதிகமாகத் தான் மகிழ்ச்சி அடைவதாகச் சொன்னார். அந்த விடியற் காலையில் நான் பயணம் செய்துகொண்டிருந்த தனியார் பேருந்து சிறகுகள் முளைத்துப் பறக்கத் தொடங்கியது. பிரபஞ்சனின் வாழ்த்துகளும் பாராட்டுகளும் ஒரே சமயம் கூச்சத்தையும் குதூகலத்தையும் கொஞ்சம்போலக் குற்றவுணர்வையும் கொடுத்தன. 'நீங்கள் தொட்டதை நான் முடித்தது எனக்குக் கிடைத்தற்கு அரிய பெருமை' என்று பேச்சை முடித்துக்கொண்டேன்.

'அம்மா வந்தாள்' கிளாசிக் பதிப்புக்கு முன்னுரை எழுதும் வாய்ப்பை நண்பர் கண்ணன் அளித்தார். இரண்டு செயல்களுக்கு அது உந்துதலானது. எனக்குள் இவ்வளவு ஜானகிராமன் இருக்கிறாரா என்று கண்டறியவும், என்னுடைய ஜானகிராமப் பற்றைத் தொடரவும். அவற்றின் தொடர்விளைவுகள்தான் இந்தத் தொகுப்பிலுள்ள பெரும்பான்மை உருப்படிகளும். காலச்சுவடு பதிப்பகம் வெளியிட்ட தி. ஜானகிராமன் படைப்புகளுக்காக எழுதியவையே. முன்னுரை, பதிப்புரை ஆகியவற்றோடு 'அடி' குறுநாவல் நீங்கலாக பிற எல்லா நூல்களுக்கும் எழுதிய பின் அட்டைக் குறிப்புகளும் அந்த உருப்படிகளில் அடங்கும்.

காலச்சுவடு கிளாசிக் தமிழ் நாவல் வரிசையில் வெளியான 'அம்மா வந்தாள்', 'மோகமுள்' நாவல்களுக்கு எழுதிய முன்னுரைகள்தாம் தி. ஜானகிராமன் சிறுகதைகள் முழுத் தொகுப்புப் பணியைக் கண்ணன் என்னிடம் ஒப்படைக்க முகாந்திரங்கள். என் இலக்கிய வாழ்வில் மேற்கொண்ட வேலை களில் மிகவும் நிறைவளித்த ஒன்று இது. ஆனால் இந்தப் பணி முன்னுரை எழுதுவதுபோல எளிதாக இருக்கவில்லை.

முன்னுரைக்குப் படைப்பும் அதைப் பற்றி எழுதுபவனும் போதும். ஆனால் தொகுப்புப் பணி தனி வேலையல்ல, கூட்டு முயற்சி என்பதை அனுபவத்தால் அறிந்தேன். சிறுகதைகளைத் தொகுக்கப் பலரது துணை வேண்டியிருந்தது. அதுவரை வெளியான தொகுப்புகளைத் திரட்ட வேண்டியிருந்தது. அவற்றின் முதல் பதிப்புடன் ஒப்பிட்டுப் பார்ப்பதும் பாடபேதங்களைக் கவனிப்பதும் தேவையாக இருந்தன. கிடைக்காத நூல்களைத் தேடி அலைய வேண்டியிருந்தது. நண்பர்கள் சிலரும் வாசகர்கள் சிலரும் பெரும் ஒத்துழைப்பை அளித்தார்கள். உரையாடல் வாயிலாகச் சிலர் தெரிவித்த கருத்துகளும் ஆலோசனைகளும் பணியில் முன்னேறிச் செல்ல உதவின. எனினும் தொகுப்பு அச்சுக்குத் தயாராக இரண்டு ஆண்டுகளுக்கும் மேல் பிடித்தது.

தொகுப்பு வெளிவந்த பின்னர் கிடைத்த பாராட்டுகளைவிட எதிர் அபிப்பிராயங்களே கவனத்தை ஈர்த்தன. சக இலக்கியவாதிகளின் பரந்த மனதைக் காட்டுபவையாக அவை இருந்தன. 'காலச்சுவடு தொகுப்பைவிட முன்னர் ஐந்திணைப் பதிப்பகம் வெளியிட்ட தொகுப்புகள் சிறப்பானவை. கதைகள் காலவரிசைப் படி தொகுக்கப்படவில்லை. ஜானகிராமன் எழுதி தொகுப்புகளில் இடம் பெறாத கதைகள் இன்னும் இருக்கின்றன.' இவையே அந்த அபிப்பிராயங்கள். நூலுக்கு எழுதிய பதிப்புரையிலேயே அதன் விடுபடல்கள், போதாமைகள், அவற்றைக் களைய வாசகர்களிடம் விடப்பட்ட வேண்டுகோள், கடைப்பிடித்த முறையியல் ஆகியவற்றைத் தெளிவாகக் குறிப்பிட்டிருந்தேன். அதைப் பொருட்படுத்தாமல் முன்வைக்கப்பட்ட முடக்கு வாதங்கள் வேடிக்கையாகவே பட்டன. ஆனால் அவைதாம் தொகுப்புகளில் சேர்க்கப்படாமலிருந்த கதைகளைத் தேடித் திரட்டவும் 'கச்சேரி', 'தி. ஜானகிராமன் கட்டுரைகள்' ஆகிய தொகுப்புகளைக் கொண்டுவரவும் தூண்டுதலாக இருந்தன. அதற்காகவே எதிர் அபிப்பிராயங்களுக்கு நன்றி கூறுகிறேன்.

தி. ஜானகிராமன் நூற்றாண்டுகளுக்கும் முன்னர் வாழ்ந்து எழுதியவர் அல்லர். அச்சிதழ்களும் புத்தகப் பதிப்பும் பரவலாகப் புழங்கிய காலத்தில் வாழ்ந்தவர். இருந்தும் அவரது தொகுக்கப் படாத எழுத்துகளைக் கண்டுபிடிப்பது அகழ்வாராய்ச்சிக்கு இணையான செயலாகவே இருந்தது; இருக்கிறது. ஆவணப் படுத்துதலின் தேவையை உணராத சமூகத்தில் வாழ்கிறோம் என்பது ஒரு இடர். இலக்கியக்காரர்களின் சிறுமதி இன்னொரு சிக்கல். தி. ஜானகிராமன் கதைகளையும் கட்டுரைகளையும் தேடிக்கொண்டிருந்த வேளையில் தொகுக்கப்படாத கதை, கட்டுரைகளும் சில ஆக்கங்களின் வெளியீட்டு விவரங்களும் தங்களிடம் இருப்பதாகச் சில இலக்கியப் பூதங்கள் அறிவித்தன.

அவற்றைப் பெற மேற்கொண்ட முயற்சிகள் வெற்றி தரவில்லை. பூதங்கள் தங்கள் காவலில் இருக்கும் புதையலின் ரகசியத்தை வெளிப்படுத்த மறுத்துவிட்டன. இந்த மனநிலை ஆயாசத்தைக் கொடுத்தது. இலக்கியத்தின் மூலம் பெரிதாக எதையும் நிகழ்த்த முடியாவிட்டாலும் குறைந்தபட்சமான தோழமையையும் சக உணர்வையும் ஏற்படுத்த முடியும் என்ற என்னுடைய நம்பிக்கையைச் சந்தேகத்துக்குள்ளாக்கியது.

தனிநபராகக் கருதிப் பார்க்கும்போது தி. ஜானகிராமனின் படைப்புகள் அவரது அறிவுழைப்பில் ஈட்டியவை. அவை அவருக்கும் அவரது காலத்துக்குப் பின்னர் அவருடைய சந்ததியினருக்கும் உரிமையானவை. ஆனால் எழுத்தாளன் என்ற பொதுநிலையில் அவரது படைப்புகள் வாசகர் அனைவருக்கும் உரியவை. படைப்புகளின் மூலம் வரக்கூடிய பொருளாதாரப் பயன்கள் வாரிசுகளுக்குச் சேர வேண்டும். அவரது படைப்புகள் படைப்பாளியின் கண்ணியத்துக்கு ஊறு நேராத முறையில் பதிப்பிக்கப்பட வேண்டும். பிற ஊடகங்களில் கையாளப்பட வேண்டும். இந்த இரண்டு அம்சங்களில் மட்டுமே ஒரு படைப்பாளியின் படைப்பின் மீது - அது அறிவுசார் சொத்து என்பதால் – அவரைச் சார்ந்தவர்கள் உரிமை கொண்டாட முடியும். அதைத் தவிர்த்துக் கருத்து, கலை ஆகியவை அனைவருக்கும் பொதுவானவை. இலக்கியச் செயல்பாடுகளை மேற்கொள்ள அனுமதிப்பவை. வாசகர் பார்வைக்கும் வாசிப்புக்கும் ஆய்வுக்கும் பகிர்ந்துவைக்கப்படுபவை. ஒரு படைப்பாளியைப் பற்றிய தகவல்கள் பொதுவில் பகிரப்படுவது அந்தப் படைப்பாளிக்குச் செய்யும் இலக்கியச் சேவை என்று கருதுகிறேன். மாறாக அது என்னிடம் மட்டுமே இருக்கும். யாரும் கேட்டால் தரமாட்டேன் என்று பழிப்புக் காட்டுவது அந்தப் படைப்பாளியை அவமதிக்கும் செயல்.

தி. ஜானகிராமன் கதைகளையும் கட்டுரைகளையும் தொகுக்க என்ன தகுதியிருக்கிறது என்ற கேள்வியையும் அவரது படைப்புகளுக்கு உரிமை கொண்டாடுகிறேன் என்ற குற்றச் சாட்டையும் ஓரிருவர் எழுப்பினார்கள். கேள்வியையும் புகாரையும் பொருட்படுத்தாமலே பணியைத் தொடர்ந்தேன். எனினும் அவற்றுக்கு என் தரப்பிலான பதில் மனதில் அலையடித்துக் கொண்டே இருந்தது. தீவிர வாசகன் என்பதைவிட இந்தப் பணிக்கு அடிப்படையான தகுதி வேறு என்ன இருக்க முடியும்? அந்த நோக்கிலிருந்தே பணிகளை மேற்கொண்டேன் என்பதை அந்தந்த நூல்களுக்கு எழுதிய பதிப்புரைகளில் தெளிவாகக் குறிப்பிட்டிருக்கிறேன். என்னுடைய தகுதியையும் வரையறை களையும் வெளிப்படையாகச் சொல்லியும் இருக்கிறேன். ஏறத்தாழ

அரைநூற்றாண்டாக இலக்கிய உலகில் செயல்பட்டு வருகிறேன். அவ்வளவு பிரபலமல்ல எனினும் அறியப்படும் பெயராக இருக்கிறேன். என்னுடைய எழுத்தால் ஈட்டிய பெயர் இது. இதை முன்னிட்டே பிற இலக்கியப் பணிகளை நாடிச் சென்றிருக் கிறேன்; அவையும் நாடி வந்திருக்கின்றன. தி. ஜானகிராமன் படைப்புகளின் தொகுப்பாளன் என்பதனால் இதுவரை பெற்ற பெயருக்கு மாற்றுக் கூடிவிடப் போவதில்லை. மறுபுறம் நான் தொகுத்திருப்பதனால் தி. ஜானகிராமன் படைப்புகளுக்குத் தனி மகத்துவம் ஏற்படப்போவதுமில்லை. இந்தப் பணி தன்னை வெகுவாகக் கவர்ந்த எழுத்தாளருக்குப் பிந்தைய தலைமுறை இலக்கியவாதி செலுத்தும் நன்றிக் கடன்; காட்டும் உளமார்ந்த கைம்மாறு.

'ஜானகிராமன் பற்றி எழுதியவற்றைத் தனிப் புத்தகமாக்க முடியுமா என்று பாருங்கள்' என்று நண்பர் கண்ணன் யோசனை சொன்னார். அதன் பலனே இந்த நூல். முன்னுரை, பதிப்புரை களாக நூல்களில் இடம் பெற்றவை தவிர மற்றவை தனி ஆக்கங்களாக இதழ்களிலும் இணையத்திலும் வெளியானவை. 'மோகத்தின் நிழல்' நண்பர் அசோகன் அளித்த ஊக்கத்தால் *அந்திமழை* இதழுக்காக எழுதப்பட்டது. 'இன்றும் தி. ஜானகி ராமன்' என்ற கட்டுரை *ஆனந்த விகடன் 2020* தீபாவளி மலரில் வெளிவந்தது. நண்பர் கா. பாலமுருகன் கட்டுரையை எழுதத் தூண்டுதலாக இருந்தார். சந்திரப் பிறையின் செந்நகை பொலிக, கல்யாணராமன் தொகுத்த 'ஜானகிராமம்' நூலுக்காக எழுதியது. *கனலி* இணைய இதழ் தி. ஜானகிராமன் சிறப்பிதழிலும் தொடர்ந்து அதன் ஆசிரியர் விக்னேஸ்வரன் வெளியிட்ட தொகுப்பிலும் இடம்பெற்றது.

நூலாக்கத்தில் உதவியவர்கள் கலா முருகன், ஜெபா பெட்சி, ஹெமிலா ஆகியோர். மெய்ப்புப் படியை வாசித்துப் பிழை திருத்தியவர் அபுதாபி நண்பர் ஜெகதீசன். முன்னுரையை வாசித்துக் கருத்துத் தெரிவித்தவர் நண்பர் ஆ.இரா. வேங்கடாசலபதி. முகப்பை வடிவமைத்தவர் தி. முரளி.

இவர்கள் அனைவரது ஒத்துழைப்புக்கும் உதவிக்கும் மனமார்ந்த நன்றி.

கோயம்புத்தூர் **சுகுமாரன்**
19 நவம்பர் 2021

அஞ்சலி

தி. ஜானகிராமன் மறைந்து சில மாதங்கள் கடந்தும் விட்டன. இப்போது யோசிக்கும்போது மரணம் தரக்கூடிய அதிர்ச்சி விடுபட்டுப் போகிறது. எனினும் அசாதாரணமான இழப்புணர்வு பீடிக்கிறது.

தமிழில் எழுத்தைச் சாதனமாகக் கொண்டு கலாரீதியான வெற்றியைப் பெற்றவர்கள் மிக அபூர்வம். அவர்களுள் ஜானகிராமன் முதன்மையானவர். அவருடைய 'மோக முள்'ளை தமிழின் மேஜர் நாவல் என்று சொல்ல வேண்டும். மேஜர் நாவல் என்பதற்கான திட்டமான வரையறை நிறுவப்படும்வரை மோகமுள் பற்றிய விமர்சனங்கள் மேலோட்டமானதாகவே இருக்க நேரலாம்.

ஜானகிராமனை முக்கியமாக ஒரு சிறுகதைக் கலைஞராகவே கொள்ளவேண்டும். மனித இயல்புகள் பற்றி நுட்பமான பார்வையுடன், உயிரும் ஒளியும் ததும்பும் பாஷையில் அவர் எழுதிய கதைகள் தமிழ் மொழிக்கு உயர்வு தருபவை. 'சிலிர்ப்பு' 'செய்தி', 'யோஷிகி', 'கொட்டுமேளம்', 'கண்டாமணி', 'முள்முடி' – இன்னும் நிறையச் சொல்லலாம். இக் கதைகளின் இயல்பிலும், செய்நேர்த்தியிலும் இன்று கதைகள் எழுதப்படவில்லை.

அன்பு, நேசம், பரிவு என்று பல தளங்களிலும் வெளியாகும் கருணை என்கிற மதிப்பீட்டையே ஜானகிராமனின் எழுத்துக்கள் செய்தியாகக் கொண்டிருக்கின்றன. ஒரு குற்றவாளியைப்போல அவரைத் தோற்றம் கொள்ளும்படி விமர்சிக்க உதவிய படைப்புகள்கூட, இந்த மதிப்பீட்டின் பக்கத் தோற்றங்கள்தான். இந்தப் பார்வை விரிவுடன் அவர்

அணுகப்படவே இல்லை. ஜானகிராமனை வெறும் செக்ஸ் பிரச்னைகளைக் கதை பண்ணியவராகச் சொல்வது எவ்வளவு அநியாயம்.

ஜானகிராமனின் நாவல்கள் மனித உறவுகளைப் பல அடுக்குகளிலும் நிறுத்தி விசாரம் கொள்பவை. இந்த வகையில் 'மோகமுள்' தமிழ் நாவல்களில் முதலாவது என்று தோன்றுகிறது.

ஒரு கலைஞனின் அடிப்படையாக, தி. ஜானகிராமன் கொண்டிருந்த மனிதாபிமானம் அவருடைய புனைகதைகளைப் போல பிற எழுத்துக்களிலும், வெளிப்படையாக, பயண இலக்கியங்களிலும் தென்படுகிறது. மனித கௌரவங்களைச் சிதிலப்படுத்துகிற செயல்கள் மீது நிரந்தரமாகக் கோபமும், மனிதர்களுடன் கொள்ளும் உறவில் பெருமிதமும் அவற்றில் அடியோட்டமாக இயங்குகின்றன. கு.ப. ராஜகோபாலனை 'தவம் நிறைந்த கலைக்கோபி' என்று ஜானகிராமன் குறிப்பிட்டார். அந்தச் சொற்றொடர் அவருக்கும் தகுதியானது.

ஜானகிராமன் தமிழில் நிகழ்த்திய இன்னொரு சாதனை பெண்களைப் பற்றிய அவருடைய பார்வை. பலமான விவாதங்களும், எதிர் விவாதங்களும், பகிஷ்கரிப்புகளும் இந்தக் காரணத்தால் அவருக்கு வந்துசேர்ந்தன. பெண்களைப் பற்றிய யாந்திரீகமான, வறண்ட பார்வையிலிருந்து ரத்தமும், உணர்ச்சியும் கசிகிற பார்வையுடன் ஜானகிராமன் வெளிப்பட்டபோது யூதாஸ் காரியத்போல தூஷிக்கப்பட்டது அவமானகரமான காரியம். ஏனெனில் ஜானகிராமனின் பெண்கள் பலரும் வலிமையானவர்களாயும், ஆண்களை வழிநடத்துகிறவர்களாயும் இருந்திருக்கிறார்கள். "பொதுவாக பெண்கள் வந்து நம்ம வாழ்க்கைக் கோணங்களை – பார்வைக் கோணங்கள், செயற் கோணங்கள்– எல்லாவற்றையுமே உருவகப்படுத்தக்கூடிய சக்தியுடையவர்கள்" என்று பேட்டி ஒன்றில் ஜானகிராமன் குறிப்பிடவும் செய்தார். இந்து போலவோ, அனுசூயா போலவோ, யமுனா போலவோ பாலி போலவோ, அம்மணி போலவோ நம்மைச் சுற்றியும் நம் அனுபவங்களிலும் பெண்கள் இருக்கிறார்கள்.

தி. ஜானகிராமனை நவீன இலக்கியத்தில் *Classist* – என்று சொல்லவேண்டும். ஜானகிராமனின் படைப்பியக்கம் நாவல்கள் (எட்டு) நெடுங்கதைகள் (மூன்று), சிறுகதைகள் (ஏழு), நாடகம் (மூன்று), பயணக் கட்டுரைகள் (மூன்று), மொழிபெயர்ப்பு (ஐந்து) என்று இருபதுக்கு மேற்பட்ட புத்தகங்களில் பதிவாகியிருக்கின்றன. ஜானகிராமன் வகித்த இடம் தமிழிலக்கியத்தில் சிகரமானது. 'மோகமுள்'ளுக்கும், 'அம்மா வந்தா'ளுக்கும் சமமாக இன்னொருவன் எழுதும் வரை அந்த ஸ்தானத்தின் வெறுமை நம்மை உறுத்தும்.

***நிகழ்*, ஏப்ரல் 1982**

மீறலின் புனிதப் பிரதி

நல்ல இலக்கியம் என்பது உண்மையை ஒரு படைப்பாளன் தேடும் தவம். உண்மையை அவனவன் கண்ட விதத்தில் வெளிப்படுத்தும்போது மனிதக் குரல்களையும் முகங்களையும் போல சாயல்களும் தனித்தன்மையும் வளமாகக் கொழிக்கின்றன. உண்மையைக் காணத் திராணியில்லாதவர்கள் வேறு எவற்றுக்கெல்லாமோ ஆசைப்பட்டுத் தங்களையே நகல்களாக்கிக் கொண்டு விடுகிறார்கள்.

தி. ஜானகிராமன்

பார்த்துப் பார்த்துத் தீராதவையான கடல், கானகம் போன்றவற்றின் பட்டியல் போல வாசித்து மாளாத சில தமிழ்ப் படைப்புகளின் வரிசை என் மனதுக்குள் இருக்கிறது. அதில் ஒன்று தி. ஜானகிராமனின் 'அம்மா வந்தாள்'.

மீசை அரும்பத் தொடங்கிய பருவத்தில் முதன்முதலாக வாசித்த இந்த நாவலை மீசை வெளுத்திருக்கும் வயதுவரை பல்வேறு சூழ்நிலை களில் வாசிக்க நேர்ந்திருக்கிறது. அந்தந்த வயதின் அறிவுக்கும் உணர்வுக்கும் ஏற்ப நாவலை அணுகும் விதங்களிலும் மாற்றங்கள் தொடர்ந்திருக்கின்றன. பதினெட்டு, பத்தொன்பது வயது வாசிப்பின்போது நாவல் விருப்பத்துக்குரியதாக இருந்ததன் காரணம் அதன் இலக்கியக் குணம் மட்டுமல்ல. 'முன்னங் கையின் சதைத் திரட்சியும் மென்மையும் – தண்ணென்று நெருக்கிக் கட்டிய ஜவந்தி மாலை போல – மார்பிலும் முதுகிலும் அழுந்திய' அரூபப்

பெண் ஸ்பரிசம் தந்த ரகசியக் கிறக்கமே அதைத் திரும்பத் திரும்ப வாசிக்கத் தூண்டியது. கிறக்கம் கலைந்த பின்னாள் வாசிப்புகளில் நாவல் வெவ்வேறு பொருள்களில் விளங்கியது. அதற்குள் இயங்கும் சிந்தனைத்தளம் தொடர் வாசிப்புக்கு ஈடு கொடுத்தது. நுண் தகவல்களும் காலத்தை மனவியக்கமாக மாற்றியிருக்கும் நேர்த்தியும் பாத்திர உருவாக்கத்தில் செலுத்தியிருக்கும் உளவியல் பின்னல்களும் அதை ஒவ்வொரு வாசிப்பிலும் புதுப்பித்தன. கடல்போல ஆழ்ந்தும் கானகம் போல அடர்ந்த வழிகளைக் காண்பித்தும் மனதில் நிரந்தர இருப்பை உருவாக்கிக் கொண்டிருந்தது; இருக்கிறது. முந்தைய வாசிப்பில் கவனிக்க மறந்தவையும் பிடிபடாமல் பதுங்கியவையுமான நுட்பங்கள் மறுவாசிப்பில் வெளிப்பட்டுக்கொண்டிருக்கின்றன.

பின்வரும் உதாரணத்தைச் சொல்லலாம்.

தாய் என்ற நிலையில் போற்றப்படும் அலங்காரத்தின் 'பிறழ் உறவே' நாவலின் மையப் பிரச்சனை. அவள் பிற ஆடவனின் உறவில் தோய்ந்திருப்பதையும் அந்த உறவின் சாட்சியங்களாக மூன்று பிள்ளைகளைப் பெற்றிருப்பதையும் கணவர் தண்டபாணி அறிந்திருக்கிறார். ஆனால் அவரால் அதை 'என்ன பண்றது?' என்ற மழுங்கிய கேள்வியுடன் சகித்துக்கொள்ளத்தான் முடிகிறது. ஹைகோர்ட் ஜட்ஜையும் கல்லூரிப் பிரின்சிபாலையும் பாங்க் சேர்மனையும் தன் சொல்லுக்குப் பணிகிறவர்களாக அறிவால் அதிகாரம் செய்ய முடிந்த தண்டபாணியால் அலங்காரத்தை உதாசீனம் செய்யவோ குற்றப்படுத்தவோ புறக்கணிக்கவோ முடிவ தில்லை. அதற்குக் காரணம் அவரது மனநிலைதான். 'சாதாரணமாக எல்லாப் பெண்களிடமும் காண்பதைவிட எல்லாமே சற்றுக் கூடுதலாக இருக்கும். உயரம், தலையளவு, கைகால் நீளம், உடல் திரட்டு, தலைமயிர் எல்லாமே. சில சமயம் இவளைக் கட்டி ஆண்டுவிட வேண்டும் என்று தண்டபாணிக்கு வெறி வந்துவிடும்.' அந்த ஆளும் வெறியே அலங்காரம் அவரிடமிருந்து விலகக் காரணமாக இருந்திருக்கலாம். தான் ஆளத் தோதானவனாக சிவசுவைக் காண அந்த விலகலே அலங்காரத்துக்கு ஊக்க மளித்துமிருக்கலாம். நாவலில் இது ஓர் அவிழாப் புதிர். கதைப் போக்கின் எந்த இடத்திலும் சிவசு அலங்காரத்தின் சொல்லை, சரியாகச் சொன்னால் கட்டளையை மீறுவதேயில்லை; மிகவும் கீழ்ப்படிதலுள்ளவனாகவே சித்தரிக்கப்படுகிறான் என்பதைக் கவனத்தில் கொண்டால் இது புரியும். அலங்காரத்தை ஆளும் வேட்கை மறுக்கப்படும்போது தண்டபாணிக்கு ஏற்படும் குமைச்சல் குற்ற உணர்வாகவும் தன்னிரக்கமாகவும் மாறுகிறது. 'அலங்காரம் என்று பெயர் வைத்தார்களே சரியாக – லக்ஷ்மி, சரஸ்வதி, விசாலம், கௌரி, சங்கரி என்று இத்தனை பேர்களை

விட்டுவிட்டு அலங்காரமாம் அலங்காரம். தேவடியாளுக்கு வைக்கிறாற் போல' என்று புலம்புகிறது. இந்த மனநிலைதான் அவரைக் 'கையாலாகாதவராக' இருக்கச் செய்கிறது.

இதே பாத்திர மனநிலை தமிழில் இன்னொரு நாவலிலும் இடம்பெறுகிறது. நீல. பத்மநாபனின் 'பள்ளிகொண்டபுர'த்தில். கணவன் அனந்தன் நாயர் மனைவி கார்த்தியாயினியிடம் கொண்ட உறவிலும் இதே உளச்சிக்கல் இழையோடுகிறது. பெண்பார்க்கச் சென்று 'அந்த அபூர்வ நொடியில் நெடுஞ் சாண் கிடையாக அவள் முன்னால் விழுந்து அவள் தளிர்ப் பாதங்களை நனைக்க வேண்டுமென்று தன் அந்தக்கரணத்தில் எழுந்த அந்த வெறிதான் எவ்வளவு பைத்தியக்காரத்தனமானது' என்று பின்னர் யோசிக்கும் அனந்தன் நாயர் அந்தத் தருணத்தில் சொல்வது 'அம்மே இந்தப் பெண் வேண்டாம்' என்றுதான். 'ஆலயத்தில் வைத்து ஆராதனை செய்ய வேண்டிய அழகைப் பள்ளியறையில் சிறை செய்வது முறையாகுமா?' என்ற தடுமாற்றம்தான் அந்த உறவைக் குலைக்கிறது. கார்த்தியாயினி வேறு ஒருவரை நாடிப் போகிறாள்.எஞ்சிய வாழ்க்கை முழுவதும் அவர் தன்னிரக்கத்திலும் மனைவியாக இருந்தவள்மீதான குற்றச்சாட்டிலும் கழிக்கிறார்.

தன் ஆளுகைக்குப் பெண்ணை உட்படுத்த விழையும் ஆண்நிலையும் அதற்கு எதிரான பெண்ணின் மனத் திருப்பமும் வெளிப்பட்டது மறுவாசிப்பில்தான். அலங்காரத்தை உந்துவது காமம் மட்டுமல்ல; தன் உடல்மீதான உரிமையைத் தானே நிர்ணயிக்கும் உரிமை. அதை அவளே எடுத்துக்கொள்கிறாள். மூன்றாவது பிள்ளையான அப்பு பிறந்த பிறகு அவனைக் கவனிக்கவே அவளுக்குப் பொழுது சரியாயிருந்தது. அப்புவின் தம்பியான வேம்புவுக்குப் பிறகு கணவனுடனான ஈடுபாடு குறைந்து நின்றே போகிறது. 'வேதாந்தமெல்லாம் வாயைக் கிழிச்சுண்டு பாடம் சொல்லியாறது. போறும்னு நான் சொன்னா உடனே புரியலேன்னா என்ன பண்றது?' என்று விலகும் அலங்காரம் அதன் பின்னரும் பிள்ளை பெறுகிறாள். 'கடைசி மூணும்தான் அவ மனசோட பெத்த குழந்தைகள்னு தோணறது' என்று அப்புவின் அக்கா சொல்கிறாள்.

தன்னுடைய உடல்மீதான உரிமையை நிலைநாட்டுவது; தன் இச்சைப்படி மகப்பேறை நிர்ணயிப்பது. இந்த இருநிலை உளவியல் வேட்கையை அலங்காரம் நிறுவிக்கொண்டிருக்கிறாள் எனலாம். இது இன்றைய பார்வை. நாவல் எழுதப்பட்ட காலத்தில் இந்தப் பார்வைக்கான அறிகுறி இருந்திருக்க வாய்ப்பில்லை. ஜானகிராமன் அந்த நோக்கில் சிந்தித்திருக்கவும் முகாந்திரமில்லை. ஆனால் இந்தப் பார்வையைப் பொருத்திப் பார்க்க இப்போது நாவலில் இடம் இருக்கிறது. செவ்வியல்

படைப்பின் இலக்கணங்களில் ஒன்று புதிய பார்வைக்கு இடமளிப்பதாக அது இருக்க வேண்டும் என்பது. 'அம்மா வந்தாள்' அதை நிறைவேற்றுகிறது என்றே எண்ணுகிறேன்.

மேற்சொன்ன பார்வையின் தொடர்ச்சியாகவே இன்னொரு கருத்தையும் அடைய முடியும். தன் விருப்பத்தின் பேரிலும் சரீரத்தின் மீதான தன்னுரிமையாலும் அல்லது 'காலைச் சுத்தின பாம்பானா விடாம வந்து தொலைச்சிண்டேயிருக்கு' என்ற நிர்ப்பந்தத்தாலும் தனது உறவைத் தொடர்கிறாள். மரபுகளும் சமூகமும் சொல்லும் பொருளில் அதைக் குற்றம் என்று உணர்கிறாள். பாவம் என்று மறுகுகிறாள். அதற்குப் பிராயச்சித்தம் பண்ணிக்கொள்ளவே அப்புவை வேதம் படிக்க அனுப்புகிறாள். இந்த ஒப்புக்கொள்ளலுக்கு வேறொரு விளக்கமும் மறுவாசிப்பில் தோன்றுகிறது. பிற ஆடவனுடனான உறவைக் கைவிடாமலேதான் அலங்காரம் தண்டபாணியுடனான குடும்ப உறவிலும் இருக்கிறாள். தன்னைத் தீண்ட அனுமதிக்கப்படாத மனிதருடன் – கணவர் தண்டபாணியுடன் – அவரது பராமரிப்பில் வாழ்வது அவருக்குச் செய்யும் வஞ்சனை என்ற அற உணர்வு அலங்காரத்துக்கு இருக்கிறது. அந்த அறக் குரலால் உந்தப்பட்டுத்தான் அவள் பாவத்தைக் கழுவக் காசிக்குப் போகிறாள். தண்டபாணியைப் பற்றி அவள் அப்புவிடம் சொல்லும் வார்த்தைகள் – "அப்பாவுக்கு எதுக்குடா காசி? அது ஞான சூரியன். கருணாமூர்த்தி. என்னைக் கருக்கிப் போடாம இருந்ததே இத்தனை நாளா? அதுவே பெரிசு" – இதை உறுதிப்படுத்துகின்றன. இந்தக் கருத்தை நாவலின் பக்கங்களில் பொருத்தும்போது படைப்பு ஓர் ஆன்மீகத் தளத்துக்கு இயல்பாகவே உயர்கிறது.

'அம்மா வந்தாள்' நாவலின் முதல் பதிப்பு 1966இல் (வாசகர் வட்டம் வெளியீடு) வெளிவந்தது. அந்த ஆண்டையொட்டிய காலத்திலோ அல்லது அதற்கு முன்னோ அதை தி. ஜானகிராமன் எழுதியிருக்க வேண்டும். ஒரு நாவலாகவே கச்சிதமான வடிவத்தில் எழுதப்பட்ட ஜானகிராமன் படைப்பு இதுவாகவே இருக்கும். மூன்று பெரிய அத்தியாயங்கள். அதற்குள் சிறு பகுப்புகள். காவிரிக்கரைக் கிராமமான சித்தன் குளத்திலிருந்து சென்னைக்குச் சென்று மீண்டும் கிராமத்துக்கே திரும்பும் கதையோட்டம். மூன்று அத்தியாயங்களிலும் முன்னும் பின்னுமாக அலைவுறும் காலம். சரியாகச் சொன்னால் பிள்ளைப் பருவத்தில் வேதம் படிக்கச் செல்லும் அப்பு அதே வேத பாடசாலையில் கற்பிப்பவனாக மாறுவதற்கிடையிலான சம்பவங்களில் காலம் விண்டுவைக்கப் படுகிறது.

நாவலின் கதையை இப்படிச் சுருக்கலாம்.

பாவம் செய்துவிட்டதாக நினைக்கும் அலங்காரம் பாவத்திலிருந்து விடுபடவே தன்னுடைய பிள்ளை அப்புவை வேதம் கற்க அனுப்புகிறாள். காவிரிக் கரையிலிருக்கும் சித்தன்குளத்தில் பவானியம்மாள் நடத்தும் பாடசாலையில் கற்கிறான். பதினாறு வருட முடிவில் வேதத்தைத் தவிர வேறு எதையும் தெரிந்து கொள்ளாத அப்பு பெற்றோரிடம் – உண்மையில் அம்மாவிடம் – திரும்பத் தயாராகிறான். சிறு வயது முதல் அவனையே மனதுக்குள் கணவனாக வரித்துக்கொண்டிருக்கும் இந்து – அவள் இப்போது கைம்பெண் – அவன் பாடசாலையிலேயே தங்கிவிட விரும்புகிறாள். அவன்மீதான தன்னுடைய ஈடுபாட்டைச் சொல்லுகிறாள். புரிந்துகொள்ளத் தயங்கும் அவனுக்குத் தன்னுடைய வேட்கை ததும்பும் உடலாலும் சுட்டிக்காட்டுகிறாள். அவள் தனக்குத் தங்கைபோல. அவளை ஏற்பது அம்மாவுக்குச் செய்யும் துரோகம் என்று நம்புகிறான். அந்த நம்பிக்கையில் அவன் வார்த்து வைத்திருக்கும் அம்மாவின் பளிங்கு பிம்பத்தின்மீது படிந்திருக்கும் கறையை இந்து சுட்டிக்காட்டுகிறாள். சென்னை வந்து சேர்ந்த பின்னர் அவள் சொன்ன உண்மை புரிந்து அதிர்ச்சியடைகிறான் அப்பு. அவனுக்குப் புதிதாகத் தெரியவரும் அந்த உண்மை அவனுடைய அப்பா தண்டபாணி, அதே வீட்டில் இருக்கும் சகோதரர்கள் கிருஷ்ணன், கோபு, வேம்பு, காவேரி எல்லாருக்கும் தெரிந்தே இருக்கிறது. அம்மாவின் கூடா உறவான சிவசு அடிக்கடி வீட்டுக்கு வந்துபோவதை அவர்கள் மௌனமாக ஏற்கவே செய்கிறார்கள்.

தொலைவில் சேலத்திலிருக்கும் அக்கா பார்வதிக்கும் அந்த உறவு தெரிந்திருக்கிறது. அதனால் பிறந்த வீட்டுக்கு வராமல் இருக்கிறாள். இந்த மௌன இறுக்கத்திலிருந்து விடுபட அப்புவுக்கு ஒரே ஒரு வழிதான் திறந்திருக்கிறது. மறுபடியும் பாடசாலைக்கு, இந்துவின் காதலுக்குத் திரும்புகிறான். ஆச்சாரங்களில் ஊறிய பவானியம்மாளும் அதை ஏற்றுக் கொள்கிறாள். தனது பாவ விமோசனத்தின் வழி அடைபட்ட அலங்காரம் பாவத்தைக் கழுவ காசிக்குப் போகிறாள்.

இப்படி ஒரு கதையோட்டமுள்ள புனைவுக்கு இன்று இடமில்லை. நாவலில் காட்டப்படும் கிராமம் இல்லை. வேத பாடசாலைக்குப் பிள்ளைகளை அனுப்பும் சுமாரான வசதி கொண்ட குடும்பமும் இருப்பதற்கில்லை. விதவையை முடக்கி வைக்கும் மரபும் இல்லை. பழைய சமுதாய வழக்கங்கள் ஏற்கத் தகுந்தவையாக இல்லை. இந்த நாவல் இன்று எழுதப்படுமானால் காலத்துக்கு ஒவ்வாத ஒன்றாகக் கருதப்படும்.

இது எழுதப்பட்ட அறுபதுகளையொட்டிய காலத்திலும் மேற்சொன்ன 'இல்லைகள்' இருந்திருக்க வேண்டும். எனினும்

‘அம்மா வந்தா’ளை எழுதியதற்காக தி. ஜானகிராமன் பிரஷ்டம் செய்யப்பட்டார். அவரது சொந்த கிராமமான தேவங்குடிக்குள் நுழையத் தடை விதிக்கப்பட்டது. ‘அம்மா வந்தா’ளைப் பற்றிச் சொல்ல ரகசியங்கள் ஏதுமில்லை. நூல்தான் முக்கியம். எப்படி, ஏன் எழுதப்பட்டது என்பது யாருக்குமே முக்கியமில்லை. கலைப்படைப்பு என்ற நோக்கோடு அதைப் பார்ப்பது நல்லது. பலர் அதைத் தூற்றிவிட்டார்கள். நான் ‘பிரஷ்டன்’ என்றும் சொல்லிவிட்டார்கள். நம்முடைய நாட்டில் கலை, பிரஷ்டர்களிடமிருந்துதான் வருகிறது’ என்று அவரே குறிப்பிட்டார். அவருடைய படைப்பு மனநிலையின் ஆதார உணர்வாகவே இதைக் காண்கிறேன். விலக்கப்பட்டவர்கள் சார்பில் பேசும் குரல்கள் வலுவாக ஒலிக்கும் இன்று ‘அம்மா வந்தாள்’ நாவல் வாசிப்பு நியாயம் பெறுவது அது விலக்கப்பட்டவர்களின் சுவிசேஷமாக இருப்பதனாலுந்தான் என்று தோன்றுகிறது. இந்துவும் அலங்காரமும் இன்று பழைய தோற்றத்தில் இருக்க மாட்டார்கள். அவர்களது காலத்துக்குப் பின்பு காவிரியில் ஏராளமான வெள்ளம் பெருகியோடியிருக்கிறது. அவர்கள் வேறு வடிவில் இருக்கலாம். காலத்தை மீறிய மானுட இயல்பின் இந்த நிரந்தரச் சித்திரம்தான் நாவலை செவ்வியல் ஆக்கமாக எண்ணச் செய்கிறது.

நுட்பமான விவரங்களால் பின்னப்பட்ட தளம் இந்த நாவலின் வலு. ஒவ்வொரு வாசிப்பிலும் அந்தத் தளங்கள் வெளிப்படுவது வாசிப்பின் தீவிரத்தைக் கூட்டுகிறது. அப்பு ஊர் திரும்புவதற்கு முன்பு இந்துவும் அவனும் வீட்டில் தனியாக இருக்கும் வாய்ப்பு ஏற்படுகிறது. ஆனால் அன்று பார்த்து அப்பு காவிரிக் கரையில் வெகு நேரத்தைக் கழிக்கிறான். ஊரை விட்டுப் பிரியப் போகிறவனின் ஏக்கம் தீர்க்கும் செயலல்ல அது. அவனால் தனிமையிலிருக்கும் இந்துவை எதிர்கொள்ள முடியாத அச்சமே காரணம். அவனுக்குள்ளும் இந்துவின் மீதான ஈர்ப்பு இருக்கிறது. அதை அவன் புரிந்துகொள்வதே இல்லை. அம்மாவைப் புரிந்துகொள்ளாதது போலவே.

தனிமையில் இந்து அவனிடம் நெருங்கியபோது ‘அந்த ஸ்பரிசம் ஜில்லென்று மிருதுவாகத்தான் இருந்தது. அந்தப் பரவசக் கணத்துக்குப் பின்புதான் அது வேட்டியில் ஒட்டி ஊரும் இலைப் புழுவைக் கண்டது போலாகிறது’. பதினாறு ஆண்டுகள் தினமும் பார்த்துப் பேசிய, தன்னைப் பராமரித்த இந்துவின் அன்பை முழுமையாக ஒப்புக்கொள்ள அப்புவுக்கு அம்மா மீதான பாசத்தை மீற வேண்டியிருக்கிறது. இந்துவுக்கும் மனதில் பொத்தி வைத்திருக்கும் வேட்கையைச் சொல்ல எட்டு வருடம் காத்திருக்க வேண்டியிருக்கிறது. அவன் வராமலிருந்து விடுவானோ என்ற தாபத்தில்தான் அதைச் சொல்கிறாள். இந்த

உளவியல் கண்ணாமூச்சி விடுபடுவது தொடர் வாசிப்பில்தான். மரபுகளுக்குள் கட்டுப்பட்ட இருவருக்குமிருக்கும் இந்த மனத் தடை வண்டிக்காரன் தாந்தோணிக்கு இல்லை. 'நான் அம்மாவா இருந்தேனுங்க, சின்னம்மாவை சாமிக்குக் கட்டிப்போட்டிருப்பேன் இந்த நேரம்' என்று அவன் சொன்னதைக் கேட்டு எப்போதாவது புன்னகைக்கும் பவானியம்மாளின் முகத்தில் இப்போது புன்னகை வருகிறது. மீண்டும் சோகக் களை பாசிமாதிரி புன்னகை இருந்த இடத்தை அடைத்துக்கொள்கிறது.

ஒருவேளை அவள் இருவரின் அன்பையும் புரிந்து வைத்திருக்கலாம். உள்ளூர அதை ஒப்புக்கொண்டிருக்கலாம். அப்பு மறுபடியும் வந்ததும் பாடசாலையை அவன் பொறுப்பில் விடுவதற்கும் இந்துவை மானசீகமாக அவனுடைய துணையாக ஒப்புக்கொள்வதற்கும் தாந்தோணியின் பேச்சும் காரணமாக இருப்பதும் சாத்தியம்.

'அம்மா வந்தா'ளை மீறலின் புனிதப் பிரதியாகக் கொண்டாடலாம். சமூகம் நிறுவிக் காபந்து செய்து வரும் ஒழுக்க மரபைக் கேள்விக்குட்படுத்துகிறது நாவலின் மையம். மனித உறவுகள் நியதிகளுக்குக் கட்டுப்பட்டவை; இல்லையில்லை அவை உணர்ச்சிகளுக்கு வசப்படுபவை. இந்த இரண்டு கருத்தோட்டங்களின் ஈவாகவே மனித வாழ்க்கை இருக்கிறது; இருக்கும் என்பதை வலியுறுத்துகிறது கதை. இவ்விரு நிலைகளில் ஊசலாடுபவர்களாகவே முதன்மைப் பாத்திரங்கள் அமைகின்றன. இந்த ஊசலாட்டத்தைக் கலையாக்குகிறார் தி. ஜானகிராமன். ஆசாரங்களையும் விதிகளையும் மீறி மனிதர்களை நிர்ணயிப்பது அவர்களது உணர்வுகள்தாம் என்பதை இயல்பாகச் சொல்வதுதான் அவருடைய கலை நோக்கு. நாவல் தொடக்கமே அந்தத் தொனியில் அமைந்ததுதான். 'சரஸ்வதி பூஜையன்று புத்தகம் படிக்கக் கூடாது என்பார்கள். ஆனால், அன்று ஒருநாளுமில்லாத திருநாளாகப் புத்தகத்தின் மேல் வருகிற ஆசை. கீழே கிடக்கிற, பல்பொடி மடிக்கிற காகிதத்தையாவது எடுத்துப் படிக்க வேண்டும் என்ற மோகம். அப்படியொரு மோகமல்லவா பிறந்திருக்கிறது இந்தக் காவேரிமீது' என்று ஆரம்பிக்கிறது நாவல். செய்யக் கூடாது என்று விலக்கப்பட்ட ஒரு காரியத்தைச் செய்யவே மனித மனம் வேட்கை கொள்ளுகிறது. அந்த வேட்கையைத்தான் ஜானகிராமன் தனது பெரும்பான்மையான நாவல்களிலும் கதைகளிலும் எடுத்தாளுகிறார். அந்த நோக்கம் உச்சமாக மிளிரும் படைப்புகளில் முதலிடம் வகிப்பது "அம்மா வந்தாள்". ஒருவகையில் வேட்கையின் இரு வடிவங்கள்தாம் அலங்காரமும் இந்துவும். இருவரும் தங்களுக்குப் போடப்பட்டிருக்கும் விலக்குகளை மீறியவர்கள். இன்னொரு வகையில் பவானியம்மாளும்.

தன் பிள்ளைகளுக்குத் தன்னுடைய பொருந்தா உறவு பிடிக்க வில்லை என்பது அலங்காரத்துக்குப் புரிகிறது. ‘இந்த மூணுக்கும், கோபு, வேம்பு, காவேரி, என்னைக் கண்டா பிடிக்கலெ’ என்கிறாள். எனினும் விலக்கப்பட்ட உறவைப் புறக்கணிப்பதில்லை. அவள் வாழும் பிராமணக் குடும்பச் சூழலில் வெறும் பிள்ளைபெறும் கருவியாகவும் வீட்டைப் பராமரிக்கும் தாதியாகவும் கணவனுக்குச் சயன சுகம் தரும் சரீரமாகவும் குறுகிப்போக விரும்பாமல் தனது பாலுணர்வைத் தனக்குத்தானே அறிமுகப்படுத்திக்கொண்டு தேடிப்பார்க்கும் வேட்கை கொண்டவளாக அலங்காரத்தைச் சொல்லலாம். இந்து இன்னொரு கோணம். “எல்லாருமா சேந்து யாரையோ கொண்டுவந்து என் கையைப் பிடிச்சுக்கச் சொன்னா. கழுத்திலே ஒரு சரடைக் கட்டச் சொன்னா. என்னைப் போன்னு தள்ளிவிட்டா. இந்த உடம்பு போச்சு. நாலு வருஷம் கழிச்சு அங்கே போய் இருந்தது. மூணு வருஷம் இருந்தது. பெண்டாட்டி பெண்டாட்டின்னு எல்லாரும் சொன்னா, அது மாதிரியே இருக்கச் சொன்னா, இருந்தது. என் உடம்பை மாத்திரம் கட்டியாண்டா நான் பெண்டாட்டியா ஆயிடுவேனா? நான் ஆகலே’ என்று சொல்லுவது இன்னொரு மொழியில்; ஆனால் அலங்காரம் சொல்லும் பொருளில்.

ஆனால் இருவரின் முடிவுகளும் ஒன்றுக்கொன்று எதிரானவை. அலங்காரம் காசிக்குப் போகிறாள். ‘ஒண்ணு பிள்ளையோட கண்முன்னால் செத்துப்போகணும். இல்லேன்னா காசியிலே செத்துப்போகணும். நீ ரிஷியாயிட்டே உன் காலில் விழுந்து எல்லாத்தையும் பொசுக்கிண்டு விடலாம்னு நெனச்சேன். நீயும் அம்மா பிள்ளையாவே இருக்கே. இப்ப காசிக்குப் போய் இருக்கப் போறேன்.’ இங்கே மீறலின் எல்லை மரணமா? ‘அம்மா இத்தனை அழகா இருக்காளே, எனக்குத் தெரியவே தெரியாதே’ என்று வியக்கும் இந்துவிடம் ‘அழகா இருந்தா ரொம்பக் கஷ்டம் இந்து’ என்கிறான் அப்பு. ‘ஒண்ணுமில்லே’ என்று அவனை ஒரு முறை இறுக அணைத்துவிட்டு உள்ளே விரைகிறாள் இந்து. ஒருவிதத்தில் அம்மாவுக்குப் பதிலியாகிறாள் இந்து என்று சொல்லலாம். அவளுடைய இறுக்கமான தழுவலில் மூச்சுத் திணறும் அப்பு ‘சீ… என்ன இது அசுரத்தனம்… அம்மாவைக் கட்டிக்கிறாப்பல…’ என்கிறான். இந்துவைப் பெறுவதன் மூலம் அவன் திரும்பப் பெறுவது அம்மாவை. இங்கே மீறலின் விளிம்பு வெற்றியின் வெறுமையா? இந்த இரண்டு கேள்விகளுக்கும் நாவலில் விடை தேடும்போது படைப்பு ஆன்மீக விசாரணையாகிறது. அப்படியான சிந்தனைக்கு வலுச் சேர்க்கிறது பவானியம்மாளின் பாத்திரம். அவளால் அலங்காரத்தையும் இந்துவையும் அவர்களது நிலையை உணர்ந்து புகார் இல்லாமல் ஏற்றுக்கொள்ள முடிகிறது.

மீறல்களை அங்கீகரிப்பதன் மூலம் அவளும் பொது நியதிகளைக் கடக்கிறாள். அது பசிக்கு நைவேத்தியம் செய்ய. அப்புவின் வாழ்விலிருந்து அலங்காரம் விலகுவதும் இந்து நுழைவதும் வயிற்றுக்குச் சோறிடத்தான் என்று யோசிக்கும்போது பவானியும் வியப்புக்குரியவளாகிறாள். காமம் உடலின் பசி. பசி வயிற்றின் காமம். இரண்டுக்கும் உணவிடுவது ஆன்மீகமாகாதா என்ன?

தி. ஜானகிராமனின் படைப்புக் கலையைப் பற்றிச் சிந்திக்கும்போதெல்லாம் மீறல் என்ற சொல்லும் உடன்வரும். அவர் மரபு வழிக் கலைஞர்தான். நவீனத்துவரல்லர். ஆனால் அவரது படைப்பாக்கச் சிந்தனைகளின் ஊற்று, மரபையும் சடங்கு களையும் பழக்கவழக்கங்களையும் அவை மரபு என்பதற்காகவும் அதனாலேயே அவை புனிதமானவை என்றும் பின்பற்றும் மனநிலைக்கு எதிரான மண்ணில் ஆழ்ந்திருக்கிறது. அவரது நாவல்களிலும் கணிசமான சிறுகதைகளிலும் இதைப் பார்க்க முடியும். ஒரு மெல்லிய கோபத்தையும் ஆதங்கத்தையும் பெண்கள்பால் வாஞ்சையையும் அவர்களுடைய இருப்பின் மீதான கரிசனத்தையும் பார்க்க முடியும். இது கு.ப.ராவிடமிருந்து அவர் பெற்றுக்கொண்ட குணமாக இருக்கலாம்.

கு.ப. ராஜகோபாலன் மறைவையொட்டி எழுதிய இரங்கற் குறிப்பில் ஜானகிராமன் கு.ப.ராவை 'தவம் நிறைந்த கலைக் கோபி' என்று போற்றியிருப்பார். தி. ஜானகிராமனுக்கு எழுதிய அஞ்சலிக் குறிப்பில் (*நிகழ்* இதழ் 1/1982) அவரையும் அதே சொற்களால் குறிப்பிட்டிருந்தேன். கலைஞனின் கோபமும் கலைதான். 'அம்மா வந்தா'ளை மறு வாசிப்புக்கு – எத்தனையாவது முறை? – உட்படுத்தியபோது அந்த வார்த்தைகளும் அந்த மன நிலையும் சேதாரமாகாமலே இருக்கின்றன. இந்த நாவலைத் தமிழில் உருவான செவ்வியல் படைப்பு என்று சொல்ல இதைவிட வேறு அத்தாட்சி எனக்குத் தேவைப்படவில்லை.

'அம்மா வந்தாள்' முன்னுரை,
21 டிசம்பர் 2011

மோகப் பெருமயக்கு

மோகத்தைக் கொன்றுவிடு – அல்லால் என்றன்
மூச்சை நிறுத்திவிடு;
தேகத்தைச் சாய்த்துவிடு – அல்லால் அதில்
சிந்தனை மாய்த்துவிடு.

பாரதி

1

காலத்தைப் பின்னுக்குத் தள்ளிவிட்ட செவ்வியல் ஆக்கங்களை மீண்டும் வாசிக்கும்போது ஒரு விஷயம் புலப்படுகிறது. அந்தப் படைப்புகள் உருவான காலத்தில் அவற்றின்மீது வைக்கப்பட்ட விமர்சனங்கள் மெல்லமெல்ல வலுவிழந்து போகின்றன. அவற்றில் இருப்பதாகக் கண்டுபிடிக்கப்பட்ட குறைகள் அவற்றின் குணங்களாகவே அங்கீகரிக்கப்பட்டு விடுகின்றன. செவ்வியல் ஆக்கமாகக் கருதப்படும் படைப்பைத் திரும்ப வாசிக்கும்போது அதன் சிறப்புகள்தான் கவனத்தை ஈர்க்கின்றன. குறைகள் புலப்படுவதே இல்லை. தி. ஜானகிராமனின் 'மோகமுள்' ஓர் எடுத்துக்காட்டு. நாவல் தேவைக்கு அதிகமான பக்கங்களைக் கொண்டிருக்கிறது. கதையாடல் கட்டுக்கோப்பானதாக இல்லை. கதை நிகழும் காலத்தையும் சமூகப் பின்புலத்தையும் அழுத்தமாகச் சித்தரிக்கவில்லை. இவை நாவலை முன்னிருத்திச் சொல்லப்பட்ட விமர்சனங்கள். நாவல் எழுதப்பட்டும் வெளிவந்தும் அரை நூற்றாண்டுக்கும் மேல் ஆகிவிட்டது. இன்று வாசிக்கும்போது இந்த விமர்சனங்கள் பொருட்படுத்தத் தகுந்தவையாக

இல்லை. நாவலின் அறுநூற்றுச் சொச்சம் பக்கங்கள் வாசகனுக்கு மலைப்புத் தரும் அளவல்ல; ஆயிரம் பக்கங்கள் அச்சியற்றப்படுவதும் வாசிக்கப்படுவதும் இலக்கியத் தகுதிகளில் ஒன்றாகவே ஆகிவிட்டிருக்கிறது. கட்டுச் செட்டான கதையாடலல்ல இன்றைய நாவல்கள். சிதறுண்ட கதை மையங்கள்தாம் இன்றைய புனைவு நடைமுறை. காலமும் இடமும் முயங்கிய வெளிதான் இன்றைய ஆக்கங்களின் பின்புலம். இந்தக் கருத்துகளின் பின்புலத்தில் அணுகும்போது 'மோக முள்' தன்னியல்பாகவே தமிழின் செவ்வியல் நாவல்களில் ஒன்றாக நிலைபெறுகிறது. இன்று அந்த 'மேலான குறைக'ளையும் ஏற்றுக்கொண்டே நாவலை வாசிக்கிறோம்.

புதுமுக வகுப்பு மாணவனாகக் கல்லூரி நூலகத்தில் முதன் முதலாக 'மோக முள்' நாவலை வாசித்த தருணம் இப்போதும் கலையாமல் நினைவில் தங்கியிருக்கிறது. அது ஜெயகாந்தன் படைப்புகளிலிருந்து புதுமைப்பித்தன், ஜானகிராமன் படைப்புகளின் வாசகனாக எனக்கு நானே பதவி உயர்வு கொடுத்துக் கொண்ட காலம். இரண்டு நாட்கள் வகுப்புகளுக்குப் போகாமல் நூலகரின் சந்தேகக் கேள்விகளுக்கு நம்பகமாகப் பொய்களைச் சொல்லியும் விரிவுரையாளர்கள், பேராசிரியர்கள் பார்வையில் அகப்படாமலும் வாசித்து முடித்த பரவசத்தை அன்று சொல்லத் தெரியவில்லை. இப்போதென்றால் தி.ஜா.வையே மேற்கோள் காட்டலாம்- 'காதல் செய்கிற இன்பம் அதில் இருந்தது. காதல் செய்கிற இன்பம். ஏக்கம், எதிர்பார்ப்பு, ஒன்றிப்போதல், வேதனை- எல்லாம் அதில் இருந்தன.' பரவசம் முற்றிய நிலையில் மிகச் சிக்கலான ஒரு நடவடிக்கை பற்றி யோசித்தேன். இருப்பதிலேயே அலுப்பூட்டும் பாடமான வேதியியலைக் கற்பிக்கத் தற்காலிக நியமனத்தில் வந்திருந்த ரெங்கநாயகி மேடத்தைக் காதலிக்கலாமா என்று தீவிரமாக ஆலோசனை செய்தேன். அவர் கற்பிக்க ஆரம்பித்த பிறகுதான் கந்தக அமிலத்துக்கு மல்லிகைமலரின் வாசனையிருப்பது தெரியவந்தது. அவரும் யமுனாவின் சாயலில்தான் இருந்தார். 'அவ்வளவு தேர்ந்த அழகு என்று சொல்வதற்கில்லை. உயரம். உடலமைப்பு. கால் கை விரல்களின் நீளம். குவிப்பு, நடுவில் உயர்ந்து நீண்டு குவியும் நகங்கள் எல்லாவற்றிலும் யமுனாவின் அச்சு. நிறத்தில் மட்டும் அவளைவிடச் சற்றுச் சிகப்பு.' யமுனா பேசிய தமிழில் மராத்தி வாடை இருந்ததா என்று நாவலில் குறிப்பு இல்லை. ஆனால் ரெங்கநாயகியின் தமிழில் கொங்கு தேச நாயக்கர் தெலுங்கின் காரம் தொனித்தது. படிக்கிற பையன் என்று அவருக்கும் என்மேல் கரிசனம் இருந்தது. ஆசிரியர் அறைக்கு அழைத்துப் பேசும் நெருக்கமும் கான்டீனில் தேநீருக்குக் காசைக் கொடுக்கிற பிரியமும் இருந்தன. முதிரா இளைஞன் முதிர்ந்த

இளைஞியைப் பற்றிக் கனவு காண இவை போதாதா? தன்னுடைய நியமனத்தை உறுதிசெய்துகொள்வதற்காக ரெங்கநாயகி மேடம் நடத்திய வகுப்புத் தேர்வில் சக மாணவர்களில் முக்கால் சதவீதமும் தோல்வியடைந்ததில் அவர் வெறுத்துப்போய் முனைவர் பட்ட ஆய்வையே கைவிட நேர்ந்தது. அப்போது ஏற்பட்ட இழப்புணர்வு, சில ஆண்டுகளுக்குப் பிறகு, தொழிற்கருவிகள் விற்பனையாளனாக எனக்குக் கிடைத்த முதல் வேலைப் பருவத்தில் மறைந்தது. நான் விற்பனை நிமித்தமாகச் சென்றிருந்த ஒரு வார்ப்பகத்தின் உரிமையாளர் ரெங்கநாயகி மேடத்தைத் தன்னுடைய மனைவியும் ஃபவுண்டரியின் மேலாளரும் என்று அறிமுகப்படுத்தினார். அந்த தினத்துக்குச் சில மாதங்கள் முன்னர்தான் தி. ஜானகிராமனின் மறைவு. அதையொட்டி நடந்த அஞ்சலிக் கூட்டத்தில் நான் வாசித்த இரங்கற்குறிப்பின் ஒரு வரி 'தி. ஜானகிராமனிடம் எனக்கு அந்தரங்கமான நன்றிக் கடன் உண்டு; என்னுடைய யமுனாவை எனக்கு அடையாளம் காட்டியவர் என்பதால்' என்பது. இன்று அந்த வரி நினைவுக்கு வரும்போது அசட்டுத்தனமாக உணர்கிறேன். ஆனால் எழுதியது ஆத்மார்த்தமாகத்தான்.

ஒரு நல்ல படைப்பின் ஜீவன் வாசகனுக்குள் ஊடுருவி நிலைக்கும் இலக்கியச் செயலின் உதாரணமாகவே இதைக் காண விரும்புகிறேன். அதே காலப் பகுதியில் வாசித்துப் புளகாங்கிதப்பட்ட வேறு பல நாவல்களும் பின்னர் வாசித்தபோது பொக்காகிப்போயின. ஆனால் ஏறத்தாழ நாற்பது ஆண்டுகளாகப் பல முறை வாசித்தும் உயிர்ப்பின் இளமை தீராத படைப்புகளில் ஒன்றாகவே 'மோக முள்' என்னளவில் இருந்து வருகிறது. என்னைப் போலவே இந்தப் பரவசத்துக்கு ஆட்பட்ட தீவிர வாசகர்கள் பலர் இருக்கிறார்கள் என்பது என் ஊகம். இது வாசிப்பவனின் மனப்பாங்கு மட்டுமல்ல; நாவல் மையத்தின் ஈர்ப்பு விசை மட்டுமல்ல. அந்தப் படைப்பு மொழியுடனும் வாசகப் பரப்புடனும் கொண்டிருக்கும் உறவின் இயல்பு. இந்த இயல்புதான் அதை இன்றைக்கும் வாசிக்கத் தகுந்த பிரதியாக ஆக்குகிறது.

'மோக முள்' இன்றும் தரும் பரவசம் கதையாடலைச் சார்ந்தது மட்டுமல்ல. ஒவ்வொரு மறு வாசிப்பிலும் அது வாசகனுக்குத் திறந்துவைக்கும் நுண் தளங்கள் சார்ந்தது. அந்தத் தளங்கள் வாசகனின் அந்தரங்கத்தில் வேறு இடங்களை உருவாக்குகின்றன. தி. ஜானகிராமனின் பிரதி என்னுடைய பிரதியாகவும் அவருடைய பாத்திரங்கள் என்னுடைய அனுபவத்தில் உலவும் மனிதர்களின் பிரதிநிதிகளாகவும் மாறுவது இந்த இயல்பினால்தான். இந்த இயல்புதான் புனைவுக்கும் உண்மைக்குமுள்ள புலனாகாத கோட்டை இல்லாமல் செய்கிறது.

'மோக முள்' நாவலை 1955—56ஆம் ஆண்டுகளில் எழுதியதாகக் குறிப்பிடுகிறார் ஜானகிராமன். அதைத் தொடர்ந்த ஆண்டிலேயே புத்தகமாகவும் வெளிவந்திருக்கலாம். புத்தகம் வெளிவந்த பிந்தைய ஆண்டுகளில் கதை நிகழும் இடத்தைச் சென்று 'தரிசித்தவர்க'ளின் எண்ணிக்கை கணிசமானது. குறிப்பாக யமுனாவின் வீட்டைத் தேடி அலைந்தவர்கள் அதிகம். எழுத்தாளர் சுந்தர ராமசாமி, கிருஷ்ணன் நம்பி, பிரபஞ்சன் முதல் நான் உட்பட. ஜானகிராமன் பார்த்த கும்பகோணமும் துக்காம்பாளையத் தெருவும் அவர் காலத்திலேயே மாறியிருக்கக்கூடும். அதற்குப் பின்னர் அந்த இடங்களுக்குச் சென்றவர்கள் ஜானகிராமன் பார்த்த இடத்தையோ சித்தரித்த இடத்தையோ பார்க்கக்கூடிய வாய்ப்பு இல்லவே இல்லை. அந்த நிகழிடம் கற்பனையானது; அது புனைவின் களம் என்று தெரிந்தே 'இலக்கியத் தீர்த்த யாத்திரை' நடக்கிறது. இலக்கியப் புனைவு வாசக மெய்மையாகும் இந்தப் படைப்பு விநோதம் செவ்வியல் இலக்கியங்களுக்கு மட்டுமே சாத்தியம். அல்லது இதைச் சாத்தியப்படுத்தும் படைப்புகளே செவ்வியல் இலக்கியமாகக் கருதப்படுகின்றன. செவ்வியல் இயல்பு கதைக்களத்தை 'இலக்கியப் புனிதத் தல'மாக மாற்றுவதன் பழைய உதாரணம் – ஐரிஷ் நாவலாசிரியரும் கவிஞருமான ஜேம்ஸ் ஜாய்சின் 'டப்ளின்.' புதிய உதாரணம் – கொலம்பிய எழுத்தாளர் காப்ரியேல் கார்ஸியா மார்க்கேஸின் 'மகோந்தா.' தமிழ் உதாரணம் – ஜானகிராமனின் கும்பகோணம். தமிழில் வேறு எந்தக் கதைக்களமும் இவ்வளவு துல்லியமாக வாசக கவனத்தில் பதிந்திருக்குமா என்பது சந்தேகம். இத்தனைக்கும் ஆசிரியச் சித்தரிப்பில் நகர வர்ணனை வெறும் இடம் சுட்டல் மட்டுமே. ஆனால் அந்தச் சுட்டலில் அவர் கொடுக்கும் தகவல்கள் கதை மாந்தரளவுக்கு முக்கியமானவை. பாபுவைப் போல யமுனாவைப் போல நகரத்தையும் ஒரு கதாபாத்திரமாக்குகின்றன அந்தத் தகவல்கள்.

எனக்குக் கும்பகோணம் அறிமுகமானது 'மோக முள்' வாயிலாகத்தான். முதன்முறையாக அந்த நகரத்துக்குப் போன போது ஜானகிராமனின் சித்தரிப்புத்தான் வரைபடமாக மனதில் இருந்தது. 'அணைக்கரை ஆனையடியைக் கடந்துவந்து டவுன் ஹைஸ்கூல் வாசலையும் கடந்து நாற்சந்தியையும் கடந்துபோயிற்று' என்ற வரியில் துலங்கும் நகரமைப்புப் படத்தைக் கற்பனை செய்து கொண்டு டவுன் ஹைஸ்கூல் வாசலில் நின்றபோது சட்டையும் கால் சராயும் அணிந்திருந்த எனக்கு 'ஐந்து முழக் காவிக் கதரால்' மூக்கைப் பொத்திக்கொள்ளத் தோன்றியது. ஏனெனில் பாபுவின் காலத்துக்கும் எனது காலத்துக்கும் ஓர் ஒற்றுமை இருந்தது. 'கும்பியில்' அப்போதும் புழுதி மாறாமலிருந்தது. செவ்வியல்

கதாபாத்திரங்கள் நிரந்தர இருப்புக் கொண்டவை. கும்பகோணப் புழுதியும் அப்படித்தான்போல.

2

பாரதி கவிதைகள் பற்றி தி. ஜானகிராமன் அதிகம் எழுதியிருப்ப தாகத் தெரியவில்லை. சிறிது காலம் பள்ளி ஆசிரியராகப் பணியாற்றியவர். எனவே தவிர்க்கவியலாதபடி பாரதியை அறிந்திருப்பதற்கான வாய்ப்புகள் அதிகம். தன்னுடைய எழுத்துகளின் முன்னோடி என்று அவர் மதித்த *மணிக்கொடி* எழுத்தாளர் கு.ப. ராஜகோபாலன், பாரதி கவிதைகளை வியந்து பாராட்டும் விதத்தில் (சிட்டியுடன் இணைந்து 'கண்ணன் என் கவி.') ஒரு நூலையே எழுதியிருக்கிறார். அதை அவர் வாசிக்காமலிருந்திருக்கவும் வழியில்லை. ஜானகிராமன் எழுதவந்த காலத்தில் பாரதி மறுகண்டுபிடிப்புச் செய்யப்பட்டுப் பரவலாக விவாதத்துக்கும் உரையாடல்களுக்கும் உள்ளாகி யிருந்தார். பாரதியின் வரிகள் அநேகமாகத் தேய்வழக்குகளாகவே ஆகியிருந்திருக்கவும்கூடும். அந்தப் பேச்சுகள் அவர் காதை வந்தடையாமல் இருந்திருக்காது. எனினும் அது பற்றி அவர் எங்கும் குறிப்பிட்டதில்லை. என் வாசிப்புக்கு எட்டியவரை அவரது எழுத்துகளில் எங்கேயும் பாரதியைப் பற்றிய சூசகங்களோ கவிதை மேற்கோள்களோ இல்லை. ஆனால்,'மோக முள்' நாவலின் தலைப்பும் அதன் கதை மையமும் இங்கே மேற்கோளாகக் கொடுக்கப்பட்டிருக்கும் நான்கு வரிகளின் பாதிப்பாக இருக்கலாம் என்பது அனுமானம். 'உரலில் உலக்கை விழும்போது தரையில் வைத்திருக்கும் பாத்திரம் அதிர்வது' போன்ற (உவமைக்கு நன்றி: சுந்தர ராமசாமி) பாதிப்பாக இருக்கலாம்.

பாபுவுக்கு யமுனாமேல் தோன்றும் பிள்ளைப்பருவ ஈர்ப்பு நாட்களினூடே வளர்ந்து இளமைப் பருவ மோகமாக விரிகிறது. அந்த மோக சாந்திக்காக அவன் படும் அவஸ்தைகள்தான் கதையாடலின் மையம். அவளுடன் பிணைப்பு நிகழும்வரையி லான தேக வேட்கையும் சிந்தனைக் குமுறல்களும்தான் கதையாடலின் நகர்வுகள். அவற்றைப் பாரதியின் நான்கு வரிகளுக்குள் வைத்து யோசிக்கும்போது நாவலின் ஒற்றை வரிச் சுருக்கத்தைக் கண்டு விடலாம் என்று தோன்றுகிறது. ஜானகிராமன் தனது நாவலை இப்படி உள்வாங்கியிராமலும் இருக்கலாம். நாவலின் தலைப்பேகூட மேற்கோள் கவிதை யிலிருந்து எடுக்கப்பட்டிருக்கலாம் என்றும் யோசித்திருக்கிறேன். தன்னுடைய கவிதைகளில் தீவிரமான உணர்ச்சியைக் காட்ட பாரதி அதிகம் பயன்படுத்திய சொல் 'மோகம்.' 'மோகத்தைக் கொன்று விடு, அடிமையின் மோகம், மோகப் பெருமயக்கு'

என்ற பிரயோகங்கள் தீவிர நிலையைச் சித்தரிக்கின்றன. நாவலின் உச்சமும் மோகம் தைப்பதுதான் என்பதால் இப்படி ஒற்றுமையைத் தேடியிருக்கலாம் என்றும் படுகிறது. இந்த ஒப்பீடு அந்தரங்கமானது. பாரதியின் பாடலை வாசிக்கும்போதும் கேட்கும்போதும் (குறிப்பாக மகாராஜபுரம் சந்தானம் பாடியது) 'மோக முள்' நாவலின் காட்சிகள் பார்வைக்குள் புரள்வதும் 'மோக முள்' நாவலை வாசிக்கும் தருணங்களில் பாரதியின் பாடல் ஒலிப்பதுமான மனநிலையைப் பலமுறை அடைந்திருக்கிறேன். அதுவும் காரணமாக இருக்கலாம். இது வாசகனாக நான் செய்யும் அதிகப் பிரசங்கித்தனம். ஆனால் அது நாவலை இன்னும் துல்லியமாக விளங்கிக்கொள்ளத் துணை புரிகிறது. ஒரு செவ்வியல் படைப்பு இது போன்ற 'அதிகப் பிரசங்கித்தனத்துக்கு இடம் கொடுக்கிறது. அதன் மூலம் வாசக னுடனான உறவை வலுவாக்குகிறது.'

இந்தப் பார்வையின் வாயிலாக ஜானகிராமனின் எழுத்தியல்பை மதிப்பிடக்கூடிய இன்னொரு அம்சமும் புலப்படு கிறது. பாரதியின் பாதிப்பு ஜானகிராமனிடம் உண்டு என்ற குழப்பமான கருத்தைப் பிடிவாதமாக வைத்துக்கொள்கிறேன். அவர் எழுதிய காலத்தில் அந்தப் பாதிப்புத் தேய்வழக்காக மாறியிருந்தது என்ற ஊகத்தையும் சேர்த்துக்கொள்கிறேன். இங்கே ஜானகிராமனின் கலையிலுள்ள கறார்த்தன்மை வெளிப்படுகிறது. தேர்ந்த கலைஞன் தனது படைப்புகளில் தேய்வழக்குகளை அனுமதிக்க மாட்டான். அவனுடைய முந்தைய எழுத்துகளின் பாதிப்பையேகூட அண்டவிட மாட்டான் என்ற நிலைப்பாடு நிரூபணமாகிறது. ஜானகிராமனின் மொத்தப் படைப்புகளையும் ஊன்றிக் கவனித்தால் அவரது படைப்பு நோக்கத்தில் பொதுத்தன்மை தென்படுமே தவிரப் படைப்புகளில் வித்தியாசங்களே இருக்கும். கதையாடலிலோ நடையிலோ சொல்முறையிலோ இடங்களை விவரிப்பதிலோ இயற்கை வர்ணனைகளிலோ என்றைக்குமான புதுமை மிளிரும். தொடர் கதையாக எழுதப்பட்ட 'மோக முள்'ளில் கூடத் தேய்வழக்குகள் இல்லை என்பது வாசிப்பில் புரியும்.

3

'மோக முள்'ளின் கதை வாழ்க்கையில் பழைமையானது. அது எழுதப்பட்ட காலகட்டத்தில் இலக்கியத்துக்குப் புதியது. முதிரா இளைஞன் முதிர் கன்னிமேல் ஈடுபாடுகொள்வதும் அடைவதும்தான் நாவலின் மையம். இந்த உறவுக்கு அன்றைய சமூக வாழ்க்கையில் மதிப்பில்லை. அது நாவலிலேயே குறிப்பாகச் சொல்லப்படுகிறது. பாபுவுக்கு யமுனாமீது ஏற்படும் ஈர்ப்புத்

தெரிய வரும்போது அவர்களைச் சார்ந்தவர்கள், பாபுவின் தந்தை வைத்தி, நண்பன் ராஜம், யமுனாவின் தாய் பார்வதி, ஏன் யமுனாவேகூட அதை ஏற்கத் தயங்குகிறார்கள். இந்த உறவு மீறலைப் பதிவு செய்ததுதான் ஜானகிராமனின் கலைத் துணிவு. ஆனால் அதுமட்டுமே அல்ல நாவல். நாவலை மறுபடியும் வாசிக்கும் ஒவ்வொரு முறையும் அதன் நுண் தளங்கள் வெளிப்படுகின்றன. காதலையும் காமத்தையும் முதன்மையாகச் சொல்லும் நாவல் நுட்பமாக வேறு பரிமாணங்களையும் கொண்டிருக்கிறது. இசையும் உறவுகளும் காலமும் நாவலின் மறைமுக மையங்களாகின்றன. தந்தைக்கும் மகனுக்குமான உறவு (வைத்தி – பாபு), நண்பர்களுக்கிடையிலான தோழமை (ராஜம் – பாபு), சகோதர வாஞ்சை (சங்கு – பாபு), ஆசிரியனுக்கும் மாணவனுக்குமான பந்தம் (ரங்கண்ணா – பாபு), சங்கீதத் தேடல் (மராத்தியப் பாடகர் – பாபு), காமத்தின் அழைப்பு (தங்கம்மா – பாபு). இந்த நுண் தளங்கள் ஒன்றுக்கொன்று பிணைந்து நிற்கின்றன. மேற்சொன்ன கிளைத் தளங்களிலிருந்து அணுகினால் 'மோக முள்' இன்னொரு தோற்றத்தைக் கொள்ளக்கூடும்.

எடுத்துக்காட்டாக, ரங்கண்ணா என்ற இசைக் கலைஞருக்கும் பாபுவுக்கும் இடையில் நிலவிய உறவின் கோணத்திலிருந்து பார்த்தால் 'மோக முள்'ளின் முதன்மையான மையம் இசையாக மாறலாம். அப்போதும்கூட பாபு – யமுனா உறவே கதையாடலைத் தீர்மானிக்கும் அம்சமாக இருந்திருக்கும். சங்கீதம் ஓர் ஆன்ம நிலை; அதை அடையப் புலனொழுக்கம் தேவை என்று பாபுவுக்குக் கற்பிக்கப்படுகிறது. அதை மீற முடியாமல் அவன் அடையும் தத்தளிப்புகள் இப்போதைய நாவல் வடிவத்தில் இடம்பெறுவதைவிடவும் சிக்கலானதாக இருந்திருக்கும். யமுனா மீதான பாபுவின் வேட்கையைக் கதை மாந்தர்களில் பலரும் மெல்லமெல்லவே அறிகிறார்கள். முதலில் யமுனா, பின்னர் ராஜம், யமுனாவின் தாய் பார்வதி, இறுதியாக பாபுவின் தந்தை வைத்தி. அந்த உறவை அவன் உறுதியாக உணர்வது தங்கம்மாவுடனான முயக்கத்தின்போதுதான். குற்ற உணர்வால் தற்கொலை செய்துகொள்ளும் யோசனையுடன் தடுமாறும் பாபு அதை 'யமுனாவுக்குப் பண்ணின துரோக'மாக நினைக்கிறான். அதை அவளிடம் சொல்லும் சந்தர்ப்பத்தில்தான் யமுனாவும் அவன் உள்ளக் கிடக்கையைத் தெரிந்துகொள்கிறாள். அதே நாட்களில்தான் ரங்கண்ணாவையும் குருவாக ஏற்கிறான். ரங்கண்ணா செய்யும் உபதேசத்தில் சரீரக் கட்டுப்பாட்டுக்கு அழுத்தம் கொடுக்கிறார். 'கீர்த்தனம் வந்தா கொஞ்சம் அத்தர் இருந்தாத் தேவலை போலிருக்கும். அப்புறம் எங்க தேவடியா வீடு இருக்குன்னு உடம்பு அலையும். அதுக்கப்புறம் சங்கீதம் பிராணன் எல்லாம் ஒண்ணொண்ணாக் கரையும்.' இந்த

எச்சரிக்கை பாபுவைத் தடுக்காமலிருந்தால், பாபுவின் ரகசியத்தை ரங்கண்ணா அறிந்திருந்தால்? – நாவலின் பின்புலமாக இருக்கும் இசை அதன் மையமாகவே ஆகியிருக்கும். இது ஓர் உதாரணம் மட்டுமே. இவ்வளவு நுண்தளங்கள் கொண்ட படைப்பு இது என்று சுட்டிக்காட்டவே.

4

விழைவுகளைச் சொல்லும் நாவலாகவே 'மோக முள்' பார்க்கப் பட்டிருக்கிறது. உறவுக்கான விழைவும். சங்கீதத்துக்கான விழைவும். மனிதர்கள் தமது இருப்பின் சமநிலையை எட்டுவதற்காக மேற்கொள்ளும் தவிப்பைப் பற்றிய கதையாடலாக நாவலை வாசிக்கலாம். பிரதானமாக பாபுவின் தவிப்புகள். அதன் விளைவாகப் பிறரிலும் ஏற்படும் தவிப்புகள்.

இளம் பருவம் முதல் பார்த்துவந்த யமுனாவின் மீது கொள்ளும் ஈடுபாடுதான் அவனுடைய தவிப்புக்குக் காரணம். அவன் வளர வளர இந்தத் தவிப்பும் வெவ்வேறு பருவங்களில் வளர்கிறது. சகோதரிக்கு இணையாகப் பார்க்கும் நிலை. தன்னுடைய தகப்பனார் காரியஸ்தராக இருக்கும் நிலவுடைமை அமைப்பின் உரிமையாளராகப் பார்க்கும் நிலை. தனது ரகசியங்களைப் பகிர்ந்துகொள்ளும் தோழியாகப் பார்க்கும் நிலை. அவளுடைய உடல் வனப்பால் ஈர்ப்புக்கு உள்ளாகும் நிலை, அவளுடைய அறிவையும் தன்மானத்தையும் வியக்கும் நிலை. வாழ்ந்து கெட்டு அநாதரவாக அவள் துவண்டிருக்கும் நிலை. இந்த நிலைகளின் இறுதியாக அவளை அடையும் நிலை. அவன் தவித்துத் தவித்து அவளை அடைந்த பின்புதான் சமநிலையைப் பெறுகிறான். அந்தச் சமநிலையையும் யமுனாவின் வழிகாட்டுதலில் தான் எட்ட முடிகிறது. அவனுடைய வாழ்க்கையின் நோக்கத்தைத் தேர்ந்தெடுத்து முன்னே செல்ல உந்துகிறது. சரிவுகளில் தடுமாறி நின்ற அவளுக்கு அடைக்கலம் கொடுக்கிறான். அது அவளை உரிமை கொள்ளும் சுவாதீனத்தை அவனுக்கு அளிக்கிறது.

"பழைய பாபு இல்லை என்றுதான் நம்பினேன். நீ பிடிவாதமா இருக்கே. உன் திருப்திக்காகத்தான் நான் உயிரை வச்சிருக்கேன். உன்னைத் திருப்தி செய்யறதுதான் என் கடமை. எனக்கு ஆசை அதுதான். உன் திருப்திக்குத்தான். நீ செஞ்சது கொஞ்சநஞ்சமல்ல. எதையும் லட்சியம் பண்ணாமல் எனக்குக் கைகொடுத்துண்டே வந்திருக்கே. நான் ஏன் உன்னைத் திருப்திப்படுத்தப் படாது?" இந்த வாசகங்களை யமுனா சொல்லும் இடத்தில் பாபுவின் தவிப்பு நிறைவேறும் வழி திறக்கிறது. முதல் கூடலுக்குப் பின்பு அவள் கேட்கும் கேள்வி: 'வருஷக்கணக்காக, எத்தனை வருஷம், எட்டு வருஷமாக இல்லை, விவரம் தெரிந்தது முதல் பையனாக

இருந்தது முதல் தவிச்சதெல்லாம் இதற்குத்தானே, ம்?" அவளே பதிலும் சொல்கிறாள் "இதற்குத்தான்." பாபு தவிப்பிலிருந்து விடுபட்டுச் சமநிலையை உணர்வது இந்தப் பதிலில்தான். இந்தச் சமநிலை அவனை இசையின் புதிய ஞான விழைவுக்கு உந்துகிறது. மோகித்து அடைந்த பொருள் வசப்பட்ட பின்னர் உருவாகும் வெற்றியின் வெறுமையிலிருந்து அவனை மீட்பது இசைமீதான நாட்டம். அதை அவனுக்கே புரியவைப்பவள் யமுனா. கற்பனைப் பாத்திரமான யமுனா வாசக மனதில் உயிரும் ஒளியுமுள்ள ஜீவனாக நிலைப்பது இதனால்தானா?

யமுனாவை பாபு ஒரே சமயத்தில் இரண்டு விதமாகப் பார்க்கிறான். அடையக்கூடியவளாகவும் அடைய முடியாதவளாகவும். குருதியும் நிணமும் பின்னிய வனப்பான மோகத்துக்குரிய மனித உடலாகவும் வழிபடத்தகுந்த சொரூபமாகவும். 'அவளைப் பார்த்ததும் பெருமிதம் பொங்கிற்று. அவள் மேனி முழுவதும் கூடத்தில் தொங்கும் பதினைந்து காண்டில் பவர் விளக்கின் ஒளியில் தகதகவென்று மின்னிற்று' என்று இச்சையுடன் பார்க்கும் அவனே 'நான் உன்னைச் சாதாரண மனிதப் பிறவியாக நினைக்கவில்லை. நான் வணங்கும் தெய்வத்தின் வடிவம் நீ" என்று மனதிலேயே தலைவணங்குகிறான். இந்த இரண்டு முனைகளுக்கும் நடுவில் அவன் மனம் ஆடும் ஊஞ்சலாட்டம்தான் தவிப்பைக் கொந்தளிப்பாக்குகிறது. யமுனாவுடனான கலவிதான் அதைத் தணிக்கிறது. அவளும் உயிரின் வேட்கையை உணரும் உடல் என்று உணர்கிறான். அந்த உணர்வு அடையக் கிடைக்காத ஒன்றை அடைந்துவிட்ட அகங்கார நிறைவும்கூட.

தவிப்பின் பேருருவம் தங்கம்மா. உடலை நாடும் உயிரின் பெரும் அலைக்கழிப்பு. யமுனாவின்பால் பாபு கொண்டிருக்கும் தவிப்புக்கு நிகரானது அவன் மேல் தங்கம்மா கொள்ளும் விழைவு. கிழவருக்குக் கட்டிவைக்கப்பட்டு, சரீர சுகம் பெறாமல் தவிக்கும் அவள் நள்ளிரவில் சுவர் தாண்டி வருவது அபாயகரமானது. ஓர் சமூக அத்துமீறல். தடையாக இருக்கும் சுவரைத் தாண்டுவதிலேயே ஓர் உருவகத்தன்மையை ஜானகிராமன் சித்தரிக்கிறார். பாபுவுக்கு உடலின்பம் தேவையாக இருக்கிறது. அதே சமயம் அவனுக்குப் புகட்டப்பட்ட ஒழுக்க நெறிகள் அதைக் குற்றம் என்று எச்சரிக்கின்றன. சமூகக் கண்ணோட்டத்துக்கு அவனைப் பணியவும் செய்கின்றன. தவிர, சங்கீதம் ஓர் இறைநிலை. அதை அடைய நல்லொழுக்கம் பேணப்பட வேண்டும் என்ற போதனை அவனைக் கட்டுப்படுத்துகிறது. அந்த இறுக்க நிலையை ஒருமுறையேனும் தகர்ப்பதில் வெற்றி பெறுகிறாள் தங்கம்மா. அந்தத் தளர்வுதான் யமுனா மீதான காதலை மீண்டும் அவனுக்குள் கிளர்ந்தெழச் செய்கிறது. இரண்டாம் முறையாகத் தங்கம்மா தன்னை நாடும்

போது பாபு அவளை நிராகரிக்கக் காரணம் ஒழுக்க நியதிகள் மட்டுமல்ல; யமுனாவுக்குத் துரோகம் செய்துவிடக் கூடாது என்ற தவிப்பும்தான். தங்கம்மாவின் பெருந்தவிப்பு மரணத்தில் சமநிலை அடைகிறது.

பெருந்தவிப்புகளில்லாமல் இருப்பின் சமநிலையை அடைந்த பாத்திரங்கள் நாவலில் இருக்கிறார்கள். எல்லாப் பெண்களையும் கடவுள் சாயலாகப் பார்க்கும் ராஜம், உலகின் எல்லா அசைவுகளிலும் இசையைக் காணும் ரங்கண்ணா, மனிதர்களுக்காக உருகும் அப்பா வைத்தி, அவமதிப்புகளிலும் புறக்கணிப்புகளிலும் வறுமையிலுமிருந்து தன் அகவலிமையால் நிமிரும் யமுனா – இவர்களின் தவிப்புகள் குறைந்தபட்சம் தன்னலமில்லாதவை. அதனால்தான் பாபு அவர்களை மானசீகமாகத் தஞ்சமடைகிறான்.

5

'மோக முள்' – ஓர் இரண்டு அடுக்கு நாவல். காதல் ஓர் அடுக்கு. இசை இன்னொரு அடுக்கு. இவை இரண்டும் ஒன்றுக்கொன்று நிறைவுசெய்துகொள்ளும் வகையில்தான் கதையாடல் அமைகிறது. எந்த அடுக்கு எப்போது இன்னொரு அடுக்கில் ஊடுருவுகிறது என்பதைக் கண்டடைவது ஒரு புதிர். நாவலின் தொடக்கத்திலிருந்து (மேலக் காவேரி சாஸ்திரிகளின் உரையாடல்) இறுதியில் இசை ஞானம் தேடி புனே செல்வதுவரை ('கீழ்ஸ்தாயி ஷட்ஜமத்தில் நிற்கும்போதுகூட இந்த எதிர்ப்புத்தான் குரல் கொடுக்கிறது' என்ற தனிமொழி) நாவலின் பக்கங்களில் இசையின் கார்வை நீடிக்கிறது. சரியாகச் சொன்னால் நாவலின் மையப்பகுதி முழுவதும் இசைமயமானது. அதன் ஆதார சுருதி ரங்கண்ணா. இந்த நாவலின் உயிரோட்டம் மிகுந்த பாத்திரம் அவர்தான். ஒருவேளை நவீனத் தமிழ்ப் புனைகதை மாந்தர்களில் முழுமையாக வார்க்கப்பட்ட பாத்திரங்களில் ரங்கண்ணாவும் ஒருவராக இருக்கலாம். ரங்கண்ணாவின் வாழ்க்கைச் சித்தரிப்பு ஒரு காவிய நாயகனின் வாழ்க்கைபோல நுட்பமாக ஜானகிராமனால் உருவாக்கப்படுகிறது. காண்பதிலெல்லாம் சங்கீதத்தின் சாயலைக் காண்கிறார். கேட்கும் ஒலியிலெல்லாம் இசையை உணர்கிறார். அவரது மரணமும்கூட இசையின் முத்தாய்ப்பாக அமைகிறது.

பாபுவின் மடியில் கிடந்து ரங்கண்ணா உயிர் துறக்கும் காட்சிக்கு உண்மையான ஆதாரம் இருந்திருக்கலாம் என்பது என் எண்ணம். சீடரான எம்.டி. ராமநாதனின் மடியில் கிடந்து குரு டைகர் வரதாச்சாரி உயிர் நீத்த சம்பவம் ஜானகிராமனை இந்தச் சித்தரிப்புக்குத் தூண்டி விட்டிருக்கலாம். இந்த அனுமானத்தை நேர்ச் சந்திப்பில் அவரிடம் தெரிவித்தபோது "அப்படி உங்களுக்குத் தோன்றினால் அது நல்லது" என்று சிரித்தார். மழுப்பலான சிரிப்பு.

ஆனாலும் என் அனுமானத்தையொட்டியே இந்தக் காட்சியை வாசிக்க விரும்புகிறேன்.

நாவலின் இசைப் பின்னணியைப் பற்றி யோசிக்கும்போதெல்லாம் ஓர் ஒற்றைவரி வாசகமும் ஒரு தீவிரமான காட்சியும் மனதில் படரும். இசைமையில்லாமல் அவை இல்லை என்று மனம் வலியுறுத்தும். தங்கம்மாவுடனான கூடலின் தருணத்தைச் சொல்லும் அந்த வரி – 'உறை கழற்றிய வீணை மாதிரி கிடந்த அந்த உடல் அலைஅலையாக எழுந்தது' – ஓர் சங்கீத ஆலாபனையில் ராகத்தின் முழுச் சாயலும் வெளிப்படும் நாத உச்சத்துக்கு ஒப்பான வரி. அதற்குச் சற்று முன்பு வரும் தங்கம்மாவின் உரையாடலில் இசைத் தீவிரம் கூடிய காட்சியைப் பார்க்கலாம்.

"நேத்து நீங்க பாடினேள் பாருங்கோ. 'மனசு விஷய'வா அதுதானே?"

"ஆமாம்."

"இனிமேல் என் காதுபட அதைப் பாடாமல் இருக்கேளா?"

"ஏன்?"

"நீங்க பாடினா நல்லாத்தான் இருக்கு ... பாட வேண்டாம்."

"ஏன்?"

"என் கல்யாணத்தில் யாரோ ஒரு பெண் வந்து பாடினா அதை ... எனக்கு அதைக் கேட்டால் பைத்தியம் பிடிச்சுப் போயிடும் போலிருக்கு."

ஒரு வாசகனாகவும் இசை ஆர்வலனாகவும் இந்த வாசகம் புதிராக இருந்தது அந்தக் கீர்த்தனையின் பொருள் விளங்கும்வரை. 'மனதின் செய்கைகளைக் களவொழுக்கத்துக்கு அளித்துவிட்டால் ராமனின் கிருபை உண்டாகுமா? அந்தச் செயல், தன் வீட்டுக் கதவைப் பிறர் வீட்டிற்குப் பெயர்த்துவைத்துவிட்டு, தான், நாய்களை விரட்டுவதுபோல ஆகாதா? தவிட்டுக்கு வேசியாடச் செல்வது கூழ்ப் பானையைக் குரங்கு கொண்டுபோக அனுமதிப்பதுபோல ஆகாதா? அப்படிச் செய்வது செவிடனுக்கு உபதேசித்ததுபோல ஆகாதா?' இது அந்த நாட்டக் குறிஞ்சி ராகக் கீர்த்தனையின் சாரம். இது விளங்கியபோது அந்தக் காட்சி மேலும் துல்லியமானதாகத் தெரிந்தது. கதையாடலுக்கு வெளியிலிருக்கும் ஒன்றை அதற்குள் பொருத்திப்பார்ப்பது அநியாயம். ஆனால் இந்த அநியாயம் கதையாடலை மேலும் வசீகரமானதாக்குகிறது. பாபுவின் குற்ற உணர்ச்சி இன்னும் ஆழமானதாகப் புலப்பட இந்தப் பொருத்திப் பார்த்தல் துணைபுரிகிறது. தங்கம்மா 'எனக்கும் பாடத் தெரியும்' என்று சொல்வதை இந்த வியாக்கியானத்துக்கான

சான்றாக எடுத்துக்கொள்கிறேன். அது அவளுடைய தவிப்பையும் விழைவையும் உணர்ந்து பச்சாதாபம் கொள்ளவைக்கிறது. எரியுண்ட மயானத்தில் அவளுடைய சாம்பலைப் பார்த்து பாபு புலம்புவதைப் புரிந்துகொள்ள வைக்கிறது.

கதைமாந்தர்களின் பேச்சிலும் ஆசிரியரின் கூற்றிலுமாக இசை தொடர்பான நுட்பங்களையும் (தம்புராவுக்கு ஜீவா புடிச்சா மாதிரி சாரீரம், ரங்கண்ணாவின் அவதானிப்புகள்), விமர்சனங்களையும் (சங்கீதம் என்பது அனுபவம், அனுபவம்தான் ஞானம் என்ற ரங்கண்ணாவின் நிலைப்பாடு, இந்துஸ்தானி பாடகர்களின் மதிப்பீடுகள்) ஜானகிராமன் போகிறபோக்கில் சொல்வதுபோல எழுதிச் செல்கிறார். அவற்றை நுணுகிப் பார்த்தால் நாவலின் இசைத்தன்மை முடிவேயில்லாத ராக விஸ்தாரமாகத் தெரியும். நம் ஊர் சங்கீதக்காரர்கள் புனிதமயப்படுத்துவதுபோல் சங்கீதம் தெய்வீகமானதல்ல; மானுடத் தன்மை மிகுந்தது என்றும், இசை பக்தியின் கருவியல்ல அதுவே ஒரு கலை என்றும் அவர் வாதிடுவதாகப்படுகிறது.

6

ஜானகிராமன் நவீனத்துவரல்லர். செவ்வியல் மரபின் தொடர்ச்சி கொண்டவர், இசையிலும் எழுத்திலும். அந்த மரபில் அபூர்வமாக நிகழும் மீறலின் அடையாளம் அவர் எழுத்து. சமூகமும் மரபுகளும் காபந்து பண்ணிவைத்திருக்கும் மதிப்பீடுகளுக்கு எப்போதும் எதிரானது அவருடைய கலை நோக்கு. விலக்கப்பட்டவர்களின் சார்பானது அவருடைய கரிசனம். இதை அவரது நாவல்களின் பொதுக் குணமாகச் சொல்லலாம். அதன் ஒரு சான்று 'மோக முள்.' சமூகத்தின் அணுகு முறையில் மீறலாகக் கருதப்படும் ஒன்றைத் தனது எழுத்தில் நியாயமானதாக நிறுவுகிறார். ஏனெனில் அவரது கண்ணோட்டத்தின்படி மனித உறவுகள் நியதிகளுக்குக் கட்டுப்பட்டவையல்ல; உணர்ச்சிகளுக்கும் அதை உருவாக்கும் சூழலுக்கும் இணங்கியவை.

'மோக முள்'ளின் கதையாடலைத் தீர்மானிக்கும் சிக்கல் களில் ஒன்று யமுனாவின் திருமணம். மணப்பருவம் கடந்தும் அவளுக்கு வாழ்க்கை அமையாததன் காரணம் அவள் பிறப்பு. அவள் பிராமண மராட்டிய உறவுகளின் சந்ததி. அதுவே அவளுக்குத் தடையாகிறது. அதன் தொடர் விளைவுதான் கதையின் நீட்சி. கலப்பு மணம் என்ன அவ்வளவு சிக்கலுக்குரிய பிரச்சனையா என்று நாவலை முன்பு வாசித்த சந்தர்ப்பங்களில் கேள்வி எழுந்திருக்கிறது. இப்போது வாசிக்கும்போது நிலவும் நிகழ்காலச் சூழல் அந்தக் கேள்விக்கு 'ஆம்' என்று பதிலளிக்கிறது.

ஜானகிராமனை 'தீர்க்கதரிசி' என்று சொல்லலாம். அப்படிச் சொல்வது அந்தக் கலைஞனுக்கு எவ்வளவு பெரிய அவமானம்?

தனது படைப்புகளில் ஜானகிராமன் அதிகம் வாஞ்சை கொள்வது பெண்களிடம்தான். அவரது ஆரம்ப கால நாவலான 'அமிர்தம்' முதல் கடைசி நாவலான 'நளபாகம்' முடிய. பெரும்பான்மை நாவல்களும் பெண்களை முன்னிருத்தியே நகர்பவை. விதிவிலக்கானவை – கலை வறுமை நிரம்பிய அவருடைய தொடர் கதையான 'அன்பே ஆரமுதே'வும் கலையின் ஒளிமிளிரும் 'மோக முள்'ளும் என்பது சுவாரசியமான முரண். இரண்டிலும் ஆணே மையம். ஆணின் பார்வையில் காட்டப்படும் உலகம்தான் அவருடையது. ஆனால் அங்கே விதியையும் விதிவிலக்கையும் உருவாக்குபவர்கள் பெண்களே. பாபு சங்கீதம் கற்கிறான். ஆனால் இசைக்கலைஞன் ஆவதில்லை. கல்லூரியில் படிக்கிறான். வேலைக்குப் போகிறான். ஆனால் சராசரி குமாஸ்தாவாக ஆவதில்லை. தன்னைத் தனக்குள் பொருத்திக் கொள்ள முடியாமல் அவன் கொள்ளும் தவிப்பை யமுனாவின் உறவு போக்குகிறது. அவளிடமிருந்துதான் அவனுடைய எதிர்காலம் துலங்குகிறது. 'பூமி வானைத் தொட்டதும் வானம் பூமியைத் தொட்டதும்' அங்கேதான்.

7

தனது எழுத்தை மூன்று நிலைகளில் எழுதுவதாகச் சொல்கிறார் ஜானகிராமன். எனக்கே எனக்கு, உனக்கே உனக்கு, எனக்கும் உனக்கும் ஆகிய மூன்று நிலைகள். 'மோக முள்' நாவலைக் கடந்த காலங்களில் இடைவெளி விட்டுப் பலமுறை வாசித்திருப்பேன். ஒவ்வொருமுறை வாசிக்கும்போதும் எனக்கே எனக்கு என்று எழுதப்பட்ட படைப்புகளில் ஒன்றாக எண்ணச் செய்கிறது. அதன் மீது வைக்கப்பட்ட, வைக்கப்படும் விமர்சனங்களை மீறி. 'மோக முள்' நாவலின் ஒவ்வொரு வாசகரும் இதையே சொல்லக் கூடும்.

'மோக முள்' முன்னுரை,
18 டிசம்பர் 2012

அழகின் சிலிர்ப்பு

'காலம் கனிந்து அளித்த கொடை' என்ற வாசகம் பொதுவாக எல்லாக் கலைகளுக்கும் பொருந்தக் கூடியதுதான். ஆனால் தி. ஜானகிராமன் கதைகளை ஒவ்வொரு முறை வாசிக்கும்போதும் இந்த வாசகத்தை அவரது சிறுகதைக் கலைக்கு அழுத்தம் கொடுக்கும் பிரத்தியேக வாக்கியமாகவே புரிந்துகொள்ளத் தோன்றியிருக்கிறது. இந்தப் புரிந்துகொள்ளலுக்கு 'கொட்டு மேளம்' தொகுப்பைப் பற்றி க.நா. சுப்ரமணியம் தனது 'படித்திருக்கிறீர்களா?' நூலில் குறிப்பிட்டிருக்கும் வரிகள் ஒருவேளை காரணமாக இருக்கலாம். '1946க்குப் பிந்திய இலக்கியத் தேக்க காலத்திலே தோன்றிய நல்ல ஆசிரியர் என்று தி. ஜானகிராமனைச் சொல்ல வேண்டும். சூழ்நிலை, இன்றைய வேகம் இரண்டையும் எதிர்த்து நீச்சுப் போடுவதென்பது சிரமமான காரியம். இந்தக் காரியத்தை இலக்கியபூர்வமாகவும் ஒரு அலக்ஷிய பாவத்துடனும் செய்திருக்கிறார் தி. ஜானகிராமன்.' இவை க.நா.சு.வின் வரிகள்.

க.நா.சு. வரையறுத்துச் சொல்லும் காலப்பகுதி நவீன இலக்கிய வரலாற்றில் முக்கியத்துவம் வாய்ந்தது. மறுமலர்ச்சி எழுத்துக்களின் களமாக இருந்த *மணிக்கொடி* இதழ் தனது மூன்று கட்டச் செயல்பாடுகளுக்குப் பின்னர் ஏற்கனவே 'ஜீவன் முக்தி' அடைந்துவிட்டிருந்தது. மணிக்கொடி மூலம் தமது சாதனைப் படைப்புகளை வெளியிட்டிருந்த சிறுகதை ஆசிரியர்கள் பலரும் களம் நீங்கியிருந்தார்கள். கு.ப.ராஜ கோபாலன் காலமாகிவிட்டிருந்தார்.

புதுமைப்பித்தன் திரைப்பட முயற்சிக்காகப் புனே வாசியாகிருந்தார். அபூர்வமாகவே கதைகளை எழுதிய மௌனியும் இடைவேளை எடுத்துக்கொண்டிருந்தார். வேறு பலரும் தமது முன்னாள் சாதனைகளுக்காகவே பேசப்பட்டுக்கொண்டிருந்தார்கள். புதிய சலனங்கள் இல்லாமல் மந்தகதியில் நகர்ந்துகொண்டிருந்த இலக்கியப் போக்கையே தேக்க காலம் என்கிறார் க.நா.சு. இந்தப் போக்கில் புது வேகத்தை ஏற்படுத்திய ஒன்றாகவே தி. ஜானகிராமனின் வருகையை அறிவிக்கிறார். இது மிகச் சரியான இனங்காணல்தான் என்பதை ஜானகிராமனின் சிறுகதைகள் நிறுவின. 'தனித் தன்மையும் உணர்ச்சி நிறைவும் தெறிப்பும்' கொண்ட கதைகள் மூலம் அவர் தமிழ்ச் சிறுகதை மரபைப் புதிய திசைக்கு நகர்த்தினார். இந்த முன்னெடுப்பில் தி. ஜானகிராமனுடன் இன்னொரு பெயரையும் இணைக்கலாம். லா.ச. ராமாமிருதம். க.நா.சு. குறிப்பிட்ட தேக்கத்தை இவ்விருவருமே உடைத்தார்கள், இரு வேறு முறைகளில்.

தி. ஜானகிராமனின் முதல் தொகுப்பான 'கொட்டு மேள'த்தில் இடம்பெற்றிருக்கும் கதைகளை வைத்தே அவரது சிறுகதைப் பங்களிப்பை க.நா.சு. பாராட்டுகிறார். தொகுப்பில் இடம்பெற்றுள்ளவை 1946 முதல் 53ஆம் ஆண்டு வரையிலான எட்டு ஆண்டுகளில் எழுதிய கதைகள். அவற்றில் தேர்ந்த சிறுகதையாளனின் அடையாளம் துலக்கமாகப் புலப்படுகிறது. தொகுப்பிலுள்ள கதைகளில் காலவரிசைப்படி பழமையானது 'பசி ஆறிற்று' என்ற கதை. *கலாமோஹினி* இதழில் 1946ஆம் ஆண்டு வெளியானது. ஜானகிராமனின் பிற்காலக் கதைகளில் காணக் கிடைக்கும் தனித்துவமான அழகும் ஆழ்மன விசாரமும் வெளிப்படும் நேர்த்தியான கதை இது. இந்தக் கதை வெளியான ஆண்டைத்தான் தேக்க உடைப்பின் காலமாகக் க.நா.சு. கணிக்கிறார் என்று யூகிப்பது ஒருவகையில் பொருத்தமானது.

ஜானகிராமனின் தனித்துவம் இலக்கணச் சுத்தமாகத் தென்படும் முதல் கதையாக 'பசி ஆறிற்று' கதையையே முன்வைக்க விரும்புகிறேன். இந்தக் கதையில் கூடியிருக்கும் இலக்கண ஒழுங்குக்கு வருவதற்கு முன்பே அவரது ஏழு கதைகள் பத்திரிகைகளில் வெளியாகியிருக்கின்றன. தொகுப்புகள் எதிலும் சேர்க்கப் படாத இந்தக் கதைகள் சோடையானவை அல்ல. வாழ்வையும் இலக்கியத்தையும் குறித்த அவருடைய ஆதாரமான அக்கறைகளை இந்தக் கதைகள் ஓரளவுக்கு முன்னறிவிக்கின்றன. 'மணச் சட்டை' என்ற கதையில் வரும் கனோரா அரசியின் பெண்மைச் சாகசத்தைப் பிற்காலக் கதையான 'சிவப்பு ரிக்‌ஷா'விலும் பார்க்க முடியும். இரண்டுக்கும் காலப் பின்னணி வேறு. ஆனால் கதையில் தெரியும்

மனத்தளம் ஏறத்தாழ ஒன்றுதான். 'மன்னித்து விடு' கதையில் வெளிப்படுவது தானறியாமல் இழைத்துவிட்ட குற்றத்துக்காக மனம் கொள்ளும் தத்தளிப்பும் பரிகார முனைப்பும். இதுவே அவரது பிற்காலச் சிறந்த கதைகளில் ஒன்றான 'கண்டாமணி'யின் கதை மையமும். ஒரு படைப்பாளியாக தி. ஜானகிராமன் தன்னியல் புடனும் அநாயாசமான மேதைமையுடனும் வெளிப்படுவது சிறுகதைகளில்தான்.

சிறுகதைகள் வெளிவரத் தொடங்கிய அதே நாட்களில் நாவலையும் ஒரு கை பார்க்க, ஜானகிராமன் முயன்றிருக்கிறார். அவரது முதல் நாவலான 'அமிர்தம்' 1944இல் *கிராம ஊழியன்* இதழில் தொடராக எழுதப்பட்டு 48இல் புத்தகமாக வெளிவந்தது. முதல் சிறுகதைத் தொகுப்பு வருவதற்கு முன்பே நாவல் வெளி வந்திருக்கிறது. அவரை முதன்மையாக ஒரு நாவலாசிரியராகவே முன்னிறுத்தி வந்ததன் காரணம் இந்த அறிமுகமாக இருக்கலாம். சற்று அத்துமீறிச் சிந்தித்தால் அவரே நாவலாசிரியராகத்தான் அறியப்பட விரும்பி இருப்பார் என்றும் தோன்றுகிறது. அவர் காலத்திய எழுத்து முன்னோடிகளான புதுமைப்பித்தனும் கு.ப.ரா.வும் அப்படி அறியப்பட விரும்பினார்கள். ஆனால் அவர்களது நாவல் முயற்சிகள் பலிதமாகாத குறைக் கனவு களாகவே மிஞ்சின. ஜானகிராமனின் நாவல் முழு வடிவை எட்டியது; எனினும் அதுவும் ஒரு சிதைவுற்ற கனவுதான். 'அது ஆசைக்கு எழுதிப் பார்த்தது. அதற்கு மேல் சொல்ல ஒன்றுமில்லை' என்று நேர்ப் பேச்சில் அவர் குறிப்பிட்டது நினைவுக்கு வருகிறது.

நாவலில் அவரது தோல்விகளை எளிதாகச் சுட்டிக்காட்ட முடியும். ஆனால் அவரது மாற்றுக் குறைவான சிறுகதைகளையும் தோல்வி என்று குறிப்பிடுவது கடினம். அவற்றைப் பாதியில் நிறுத்தப்பட்ட அல்லது முழுமை கூடாத சித்திரங்கள் என்றே சொல்ல முடியும். அவரது தனித்துவம் தென்படும் ஏதாவது கூறு, கதைகளில் நிச்சயம் இருக்கும். 'பாப்பாவுக்குப் பரிசு' அந்த வகையிலான கதை. குழந்தையின் வெகுளித்தனமான சாட்சியம் ஒரு திருடனைத் தண்டனைக்குள்ளாக்குகிறது. அவன் நையப்புடைக்கப்படுகிறான். தவறை ஒத்துக்கொள்கிறான். தவறை ஒத்துக் கொண்டவனைத் தண்டிப்பதை பாப்பா விரும்புவதில்லை. அவன் மீது ஏற்படும் இரக்கத்தால் தனது தீரத்துக்குப் பரிசாக வழங்கப்பட்ட பட்டுச் சட்டையைப் புறக்கணிக்கிறாள். மிகச் சாதாரணமான இந்தக் கதை ஜானகிராமனின் கைப் பக்குவத்தால் சுவாரசியமான வாசிப்புக்குரியதாகிறது. கதைப் பொருள் களங்கமில்லாத மானுடக் கரிசனத்தை வெளிப்படுத்தும் எளிய பிரகடனமாகிறது. இந்த மானுடப் பரிவே தி. ஜானகிராமன் கதைகளின் பொது இயல்பு எனலாம்.

இலக்கிய உரையாடல்களில் தி. ஜானகிராமன் தமிழின் முதன்மையான நாவலாசிரியர்களில் ஒருவராகவே பேசப்படுகிறார். உண்மை. பிற இந்திய மொழிகளில் புகழ்பெற்ற எந்த நாவலுக்கும் ஈடுநிற்கும் நாவலை (மோக முள்) எழுதியவர். இதுவும் உண்மை. இந்த இரு உண்மைகளின் வெளிச்சத்தில் தமிழ்ச் சிறுகதையில் கலாபூர்வமான சாதனைகள் நிகழ்த்தியவர் என்ற அகல் வெளிச்சம் மங்கலாகவே புலப்படுகிறது. அவரது நாவல்துறைச் சாதனைக்குச் சற்றும் குறைந்ததல்ல சிறுகதைகளில் நிகழ்த்தியிருக்கும் சாதனை. ஒரு செவ்வியல் படைப்பாளர் என்ற நிலையில் நாவலைவிடவும் ஒரு மாற்று உயர்வானது என்பது என் எண்ணம். இந்தக் கருத்து தமிழ் இலக்கியச் சூழலில் வலியுறுத்திச் சொல்லப்பட்டதும்கூட. முன்னுரையின் ஆரம்பப் பகுதியில் மேற்கோள் காட்டப்படும் க.நா.சு.வின் வாசகங்கள் வலியுறுத்தலின் தொடக்கம். ஜானகிராமன் மறைந்து கால் நூற்றாண்டுக்குப் பின்பு எழுதிய கட்டுரையில் (ஜானகிராமன் அனுப்பிய தந்தி *தி ஹிந்து* ஞாயிறு பதிப்பு 9 மார்ச், 2008) அசோகமித்திரன் 'ஜானகிராமனின் களம் சிறுகதைதான்' என்று குறிப்பிடும் வாசகத்திலும் இந்த வலியுறுத்தல் தென்படுகிறது. தனது இலக்கிய முன்னோடிகள் வரிசைத் தொடரின் மூன்றாவது நூலான 'சென்றதும் நின்றது'மில் தி.ஜானகிராமனைக் குறித்த பகுதியில் ஜெயமோகன் 'தி. ஜானகிராமனின் சிறுகதைகளே கலைஞனாக அவரைத் தமிழில் நிலைநிறுத்துபவை' என்று குறிப்பிடுகிறார்.

2

தி. ஜானகிராமனின் படைப்பு ஆளுமையை வார்த்தெடுத்தவை, அவருக்கு இருந்த வடமொழிப் புலமையும் ஆங்கிலக் கல்வியும் எனலாம். கல்லூரிப் பருவத்தில் வாசிக்கக் கிடைத்த நவீன ஆங்கிலப் படைப்புகளும் மறுமலர்ச்சிக் காலத் தமிழ் இலக்கியங்களும் அவரைத் தூண்டிவிட்டன. அதே பருவத்தில் கு.ப.ரா.வுடன் ஏற்பட்ட நெருக்கம் படைப்புச் செயல்பாட்டுக்கு உந்துதல் அளித்தது. கு.ப.ரா.வைத் தனது 'வழிகாட்டி' என்றே அவர் பெருமைப்படுத்துகிறார். இந்த நெருக்கத்தால்தான் அவர் கு.ப.ரா. வின் மரபைச் சேர்ந்தவராக அடையாளப்படுத்தப்படுகிறாரா? இருக்கலாம். ஆண் பெண் உறவுச் சிக்கல், பெண்ணின் உளவியல் குறித்த அலசல், காமத்தின் ஸ்வர பேதங்கள் ஆகிய கருப்பொருள்களைக் கையாளுவதில் கு.ப.ரா.வின் பாதிப்பும் தொடர்ச்சியும் ஜானகிராமனிலும் தென்படுகின்றன. எனினும் தனது வழிகாட்டியின் காலடியை விலகாமல் பின்தொடர்ந்தவர் அல்லர். அவரது ஆரம்பகாலக் கதைகளிலேயே கு.ப.ரா.வை அணுகும் போக்கும் விட்டு விலகும் முனைப்பும் ஒருசேரத்

தென்படுகின்றன. முன் சொன்ன 'பசி ஆறிற்று' கதையில் கு.ப.ரா.வின் வலுவான பாதிப்பைப் பார்க்க முடியும். டமாரச் செவிடான சாமிநாத குருக்களுக்கு வாழ்க்கைப்பட்ட அகிலாண்டத்தின் வேட்கைதான் கதையின் உள் முரண். அடுத்த வீட்டு இளைஞன் ராஜத்தின் மீது அவளுக்கு ஈடுபாடு உருவாகிறது. அது பாலுணர்வுத் ததும்பலாக வழியும் தருணத்தில் அவன் வெளியூர் செல்கிறான். அகிலாண்டத்தின் வேட்கையை அவனது விலகல் கலைக்கிறது. அந்த மன வெறுமையை செவிட்டுக் கணவனின் பரிவு நிரப்புகிறது. உடலின் பசி தணிகிறது. பெண்ணின் பாலுணர்வுத் தத்தளிப்பைச் சொல்லும் இந்தக் கதை, கு.ப.ரா.வின் வரைகோட்டில் ஜானகிராமன் பூர்த்தி செய்த ஓவியமாகவே தெரிவது வியப்புக்குரியது அல்ல. 'ஆற்றாமை' உட்பட கு.ப.ரா.வின் பல கதைகளிலும் இந்தக் கதைத் தருணத்தைக் காணலாம். தி. ஜானகிராமன் கு.ப.ரா.வை ஒட்டி நிற்கும் இடம் இது.

இன்னொரு கதைக் களத்திலும் இருவரையும் பொதுமைப் படுத்தலாம். வரலாறு, இதிகாசம், தொன்மம் ஆகியவற்றைப் பின்புலமாக வைத்து உருவான கதைகளை இருவரும் எழுதி யிருக்கிறார்கள். இந்தப் போக்கு அன்றைய இலக்கிய நடைமுறை சார்ந்த ஒன்று. பழங்கதைகளின் ஏற்றுக்கொள்ளப்பட்ட மதிப்பீடுகளை மறு விசாரணைக்கு உட்படுத்தும் கதைகளை மிக அதிக அளவில் எழுதியவர் கு.ப.ரா. அவரது 'காணாமலே காதல்' இத்தகைய கதைகளின் தொகுப்பு. 'மணச் சட்டை', 'ராஜ திருஷ்டி', 'ராவணன் காதல்', 'யதுநாத்தின் குரு பக்தி', 'அதிர்வு' முதலான ஜானகிராமன் கதைகள் இந்த வகையானவை. இப்படியான ஒற்றுமையிலும் ஜானகிராமன் கதைகள் முன்னோடியான கு.ப.ரா.வை மீறிச் செல்கின்றன. இந்த வகையிலான கு.ப.ரா. கதைகள் நெருப்பின் சுடர்கள் என்றால் ஜானகிராமன் கதைகள் தாவிப் பரவும் ஜுவாலைகள்.

ஆரம்பகாலக் கதைகளுக்குப் பின்பு, தனது தனிப் பாதை துலக்கமான நிலையில் ஜானகிராமன் உருவாக்கிய கதையுலகம் விரிவானது. கதைத் தளங்கள் வெவ்வேறானவை. தலைகீழாகச் சொல்வதென்றால் எண்ணிக்கையில் ஜானகிராமனுக்கு நிகரான கதைகளைக் கு.ப.ரா.வும் எழுதியிருக்கிறார். ஆனால் வழிகாட்டியின் கதைப் பரப்பு வரையறைக்கு உட்பட்டது. இரண்டே பிரதான வகைகளில் கு.ப.ரா. கதைகளை அடக்கிவிடலாம். ஆண் பெண் உறவு சார்ந்த கதைகள், சமூக விமர்சனமாக அமைந்த கதைகள் என்ற இரண்டு வகையில். இவற்றிலும் முதல்வகைக் கதைகளே பெரும்பான்மையானவை. ஆண் பெண் உறவுச் சிக்கலையும் காமத்தையுமே அதிகமாக

எழுதினார் என்ற பாரபட்சமான விமர்சனத்துக்கு மாறானதாகவே தி. ஜானகிராம னின் கதையுலகம் அமைந்திருக்கிறது. அவரது நாவல்களுடன் பொருத்திப் பார்த்தால் இந்தக் கருத்து ஓரளவு சரியானதாக இருக்கலாம். ஆனால் அவரது சிறுகதைகள் அவற்றின் பொருள் விரிவால், கதாபாத்திரங்களின் பெருக்கத்தால் இந்தக் கருத்தை மிக எளிதாகப் புறந்தள்ளுகின்றன. சமூகத்தின் கோணல்களைப் பற்றியும் மனித மனத்தின் விநோதங்கள் குறித்தும் தார்மீக அக்கறைகளைச் சார்ந்தும் கலை மேன்மையும் அழகும் நிரம்பிய கதைகளை எழுதியவர் அவர். வாழ்வின் எல்லாத் தளங்களையும் தீண்டும் கதைகள் அவருடையவை. தனது வழிகாட்டியிடமிருந்து ஜானகிராமன் விலகும் இடம் இது என்பது என் கணிப்பு.

'கு.ப.ரா. சிறுகதைகள் முழுத் தொகுப்'பின் முன்னுரையில் அதன் பதிப்பாசிரியர் பெருமாள்முருகன் கு.ப.ரா.வின் கதைத் திறனை 'ஒரே இடத்தில் நின்றபடி நிகழ்த்தும் வாள் வீச்சாக' உருவகப்படுத்துகிறார். அவரைப் பின்தொடர்ந்த ஜானகிராமன் பல களங்களில் நின்று வாளைச் சுழற்றுகிறார் என்று குறிப்பிட லாம். இப்படிச் சொல்வது முன்னவரைத் தகுதி இறக்கம் செய்வதோ பின்னவரைச் சிகரத்தில் ஏற்றுவதோ அல்ல. காலமும் அனுபவங் களும் இருவரிடமும் செயல்பட்டிருக்கும் பாங்கைச் சுட்டிக் காட்டுவதுதான். தாய்ப் பாய்ச்சல் எட்டு அடியென்றால் குட்டிக்குப் பதினாறு அடிதானே இலக்கணம். இலக்கியத்தில் முன்னேற்றம் என்பது இந்தப் பாய்ச்சல்தானே.

3

தி. ஜானகிராமனின் சிறுகதை ஆளுமை செவ்வியல்தன்மை கொண்டது என்பது என் அனுமானம். அவரது ஆரம்பகாலக் கதைகளில் ஒன்றான 'பசி ஆறிற்று' முதல் கடைசிக் கதை 'சுளிப்பு' வரையிலும் இந்தத் தன்மைகளைக் காணலாம். வடமொழி இலக்கியங்களில் பெற்ற அறிமுகம், தமிழ் இலக்கியங்களிலிருந்து பயின்ற விரிவு, பிறமொழி இலக்கியங்களிலிருந்து அடைந்த செய்நேர்த்தி இவை கதைகளின் புற வடிவத்தையும் காலங்கால மாகப் போற்றப்பட்ட மானுட மதிப்பீடுகள்மீது கொண்ட நம்பிக்கை கதைகளின் ஆழத்தையும் நிர்ணயித்திருக்கிறது. இந்தக் கூறுகளால் ஆன படைப்பு மனம் இயல்பாகவே ஒரு பூரித நிலையை எட்டியிருந்தது. அதில் மேலதிகமாக எதையும் சேர்க்கவோ அல்லது எடுக்கவோ அனுமதிக்காத முழுமையை அந்த மனம் கொண்டிருந்தது. காற்றிலிருந்து ஈரத்தை உறிஞ்சிக்கொள்வதுபோல காலத்தின் கசிவை அந்தப் படைப்பாற்றல் உள்ளிழுத்துக்கொண்டு தன்னை நிரந்தரப் புதுமையாகவும் வைத்துக்கொண்டிருந்தது

என்றே நம்புகிறேன். இன்று வாசிக்கும்போதும் தி. ஜானகிராமனின் கதைகள் புதுமை குன்றாதவையாகவும், வாசகனை ஈர்க்கும் வசீகரத்தை இழந்துவிடாததாகவும் இருப்பது இந்த குணத்தால்தான் என்று தோன்றுகிறது. இசை தொடர்பான ஒரு குறிப்பு மூலம் இதை விளக்கமாகப் பார்க்கலாம். ஜானகிராமனின் படைப்பு மனத்தை உருவாக்கியதில் இசைக்கும் பங்கு உண்டு என்பதனால் இந்த விளக்கம் பொருத்தமானதுதான்.

ஜானகிராமனின் ஆதர்சப் பாடகரும் நண்பருமான மதுரை மணி அய்யரின் இசையை செவ்வியல்தன்மை நிரம்பியது என்று சொல்வது சரி. அந்த இசை இலக்கண சுத்தமானது, அதே சமயம் இலக்கணத்தை மூடத்தனமாகப் பின்பற்றாதது. முழுமையான மனோதர்மத்துக்கு உட்பட்டது, அதே போல கேட்பவனின் மனத்துக்கும் இடமளிப்பது. மரபு சார்ந்தது. அப்படி இருக்கும்போதே மரபை மீறுவது. வெறும் உத்திகளில் நம்பிக்கை கொள்ளாதது. அதேவேளையில் வித்தியாசங்களைக் கொண்டது. இந்தக் காரணங்களாலேயே அது ஒரே நேரத்தில் ஜனரஞ்சகமான தாகவும் செவ்வியலானதாகவும் நிலைபெறுகிறது. இந்த விளக்கத் தில் இசையின் இடத்தில் இலக்கியத்தைப் பொருத்தினால் அது தி. ஜானகிராமனின் கதைக்கலையை எளிதாக விளக்கிவிடும்.

செவ்வியல்தன்மையின் இன்னொரு கூறு அழகுணர்ச்சி. தமிழில் அழகுணர்ச்சி மேலிட எழுதப்பட்ட கதைகள் தி. ஜானகிராமனுடையவை. தனது எழுத்தை சௌந்தர்ய உபாசனை என்று சொன்ன லா.ச.ரா. நினைவுக்கு வருகிறார். ஜானகிராமனின் சக காலத்தவர். எனினும் அழகுணர்ச்சி குறித்த இரு எழுத்தாளர்களின் பார்வையும் வேறுபட்டவை. லா.ச.ரா. இயல்பிலேயே அழகானதை ஆராதனை செய்யும்போது ஜானகிராமன் தனது ஆராதனை வாயிலாகவே ஒன்றை அழகானதாக ஆக்குகிறார். பொக்கை வாயும் சருமமே தெரியாத அளவு முகச் சுருக்கங்களும் கொண்ட மூதாட்டி பார்வைக்குக் குரூபியாக இருக்கலாம்; ஆனால் அந்த முகத்தை நுட்பமாகப் பதிவுசெய்யும் ஓவியத்தையோ புகைப்படத்தையோ அழகில்லாதது என்று சொல்லுவதில்லை. எதார்த்தத்தின்மீது கலையின் ஸ்பரிசம் பட்டு அழகானதாகிறது அந்த நகல். ஜானகிராமனின் கலையின் அடிப்படை இதுதான். அதனாலேயே அவர் கதை களில் சித்திரிக்கப்படும் எதுவும் அழகானதாகவும் வெளிச்சம் நிரம்பியதாகவும் அமைகிறது. இது அவரது கதைகளுக்கு ஆழமான பொருளை அளிக்கிறது. ஜானகிராமன் கதைகளில் வரும் நிலம், மனிதர்கள், மரணம், ஏமாற்று, துரோகம், கீழ்மை, வியப்பு, தந்திரம், வன்மம், மூடத்தனம் எதுவும் வசீகரமானதாகவே தோன்றுகிறது. ஆனால் அந்த அழகின் ஆழத்தில் மனிதனின் ஆதார உணர்வுகளின்

சிக்கல்களும் மோதல்களும் கிடக்கின்றன. அழகை விரும்பி வாசிப்பவனுக்கு கதை, ஜனரஞ்சக சுவாரசியமுள்ளதாகவும், ஆழத்தை உணர்பவனுக்கு இலக்கிய நுண்மை கொண்டதாகவும் ஆகிறது. இந்த ரசவாதத்தை தமிழ்ச் சிறுகதைகளில் வெற்றிகரமாகச் சாதித்தவர்களில் முக்கியமானவர் ஜானகிராமன்.

4

தனது எழுத்துக்களைப் பற்றி தி. ஜானகிராமன் வெளிப்படையாகப் பேசிய சந்தர்ப்பங்கள் மிகவும் குறைவு. நாவல்களைப் பற்றியாவது ஓரிரு சந்தர்ப்பங்களில் பேசியிருக்கிறார். 'அம்மா வந்தாள்' நாவல் சர்ச்சைக்கு இலக்கானபோதும் பத்திரிகைத் தேவைக்காக நாவல் பிறந்த கதை என்ற விதத்தில் 'மோக முள்'ளைப் பற்றியும். அதுவும் தவிர்க்க இயலாமல். ஆனால் கதைகள் குறித்துப் பேசியதில்லை. அவரது வாழ்நாளிலேயே முக்கியமான சிறுகதைகள் கொண்ட ஏழு தொகுப்புகளும் வெளிவந்திருந்தன. அவற்றில் 'அக்பர் சாஸ்திரி', 'யாதும் ஊரே', 'பிடி கருணை' ஆகிய மூன்று தொகுப்புகளுக்கு மட்டுமே முன்னுரைக் குறிப்புகளை எழுதியிருக்கிறார். அதுவும் தவிர்க்க முடியாமல். இந்த மூன்று குறிப்புகளிலும் அவர் வலியுறுத்திச் சொல்லும் வாசகம் 'இவையெல்லாம் இலக்கண சுத்தமான சிறுகதைகள் அல்ல' என்பது. தனது வாழ்க்கையில் தி. ஜானகிராமன் சொன்ன மாபெரும் பொய் இதுவாக இருக்க வேண்டும் என்று கதைகளை வாசிக்கும் எளிய வாசகனும் புரிந்துகொள்வான். 'சிறுகதை எழுதுவது எப்படி?' என்ற கட்டுரையில் 'தனித் தன்மையும் உணர்ச்சி நிறைவும் தெறிப்பும்' இருப்பதுதான் சிறுகதை என்று வரையறுக்கிறார். அவரது எந்தக் கதையும் இந்த வரையறையை மீறுவதில்லை. கட்டுரையில் அவர் தொடர்ந்து சொல்லும் கருத்துகள் இவை:

> எந்தக் கலைப்படைப்புக்கும் முழுமையும் ஒருமையும் அவசியம். அவை பிரிக்க முடியாத அம்சங்கள். சிறுகதையில் அவை உயிர்நாடி. ஓர் அனுபவத்தைக் கலைவடிவில் வெளிப்படுத்த சிறுகதையில் இடமும் காலமும் குறுகியவை. எனவே எடுத்துக்கொண்ட விஷயம் உணர்வோ, சிரிப்போ, புன்சிரிப்போ, நகையாடலோ முறுக்கேறிய, துடிப்பான ஒரு கட்டத்தில்தான் இருக்க முடியும். சிறிது நேரத்தில் வெடித்துவிடப் போகிற ஒரு தெறிப்பும், ஓர் அவசரத் தன்மையும் நம்மை ஆட்கொள்ள வேண்டும். தெறிக்கப் போகிறது பட்டுக் கயிறாக இருக்கலாம். எஃகு வடமாக இருக்கலாம். ஆனால் அந்தத் தெறிப்பும் நிரம்பி வழிகிற துடிப்பும் இருக்கத்தான் வேண்டும். இந்தத் தெறிப்பு

விஷயத்திற்குத் தகுந்தாற்போல் வேறுபடுவது சகஜம். கதையின் பொருள் சோம்பல், காதல், வீரம், தியாகம், நிராசை, ஏமாற்றம், நம்பிக்கை, பக்தி, உல்லாசம், புதிர் அவிழல் அல்லது இவற்றில் சிலவற்றின் கலவைகளாக இருக்கலாம். அதற்குத் தகுந்தபடி அந்தத் தெறிப்பு பஞ்சின் தெறிப்பாகவோ, பட்டின் தெறிப்பாகவோ, எஃகின் தெறிப்பாகவோ, குண்டு மருந்தின் வெடிப்பாகவோ சத்தம் அதிகமாகவோ குறைந்தோ மௌனமாகவோ மாறுபடும். எனக்கு வேறுமாதிரியாக இந்த அனுபவத்தை விளக்கத் தெரியவில்லை. பல சமயங்களில் சிறுகதையைப் பற்றி நினைக்கும்போது, நூறு அல்லது ஐம்பது கஜ ஓட்டப்பந்தயத்திற்கு ஆயத்தம் செய்துகொள்ளுகிற பரபரப்பும் நிலைகொள்ளாமையும் என்னைக் கவ்விக் கொள்கிறதுண்டு. இது ஒரு மைல் ஓட்டப்பந்தயமல்ல. சைக்கிளில் பல ஊர்கள், வெளிகள், பாலங்கள், சோலைகள், சாலைகள் என்று வெகுதூரம் போகிற பந்தயம் இல்லை. நூறு கஜ ஓட்டத்தில் ஒவ்வோர் அடியும் ஒவ்வோர் அசைவும் முடிவை நோக்கித் துள்ளி ஓடுகிற அடி அசைவு. ஆற அமர, வேடிக்கை பார்த்துக்கொண்டு செல்லவோ வேகத்தை மாற்றிக்கொள்ளவோ இடமில்லை. சிறுகதையில் சிக்கனம் மிக மிக அவசியம். வளவளப்புக்கு இடமே கிடையாது. வளவளப்பு என்றால் அதிகச்சுமை. ஓடுவது கஷ்டம்.

இந்தக் கருத்துகளின் தூல வடிவமே அவரது சிறுகதைகள் அல்லது கதைகளின் சூக்குமமே இந்தக் கருத்துகள். தெளிவாகவும் திடமாகவும் இப்போது சொல்லும் இந்த வாக்கியத்தைத் தேசலான ரூபத்தில் நேரிடையாக அவரிடம் தயங்கித் தயங்கிச் சொன்னது நினைவுக்கு வருகிறது. தமிழில் மாற்றுச் சிந்தனை கொண்டவர்களின் பொது அமைப்பான இலக்கு உருவாகி நடந்த முதல் கூட்டம். சென்னை வில்லிவாக்கத்தில் 1982ஆம் ஆண்டு ஜனவரி முதலிரண்டு நாட்கள் நடைபெற்றது. கோவை யிலிருந்து அதில் கலந்துகொள்ள சென்னை சென்றிருந்தபோது தி. ஜானகிராமனை முதன்முதலாகச் சந்தித்தேன். பெல்ஸ் சாலையில் இருந்த கணையாழி அலுவலகத்தில். அப்போது அவர் *கணையாழியின் கௌரவ ஆசிரியர்.* காலை ஒன்பதரை மணிக்குத் தொடங்கிய சந்திப்பு நண்பகல் வரை நீண்டது. நண்பர்களான ஆறுமுகமும் கோவை வாணன் என்ற துரையும் உடனிருந்தார்கள். 'மோக முள்', 'அம்மா வந்தாள்', 'மரப்பசு' நாவல்களைப் பற்றித் தொடங்கிய உரையாடல் சிறுகதைகளில் மையங்கொண்டு நின்றது. தமிழ்ச் சிறுகதைகளின் தீவிர வாசகரான நண்பர் ஆறுமுகம் தி. ஜானகிராமனின் பிரசித்தி பெற்ற கதைகளைக் குறித்த

சந்தேகங்களையும் மேன்மைகளையும் சொல்லிக்கொண்டிருந்தார். 'இதெல்லாம் ரொம்ப' என்று சிரிப்புடனும் மேற்கொண்டு பேச்சைத் தவிர்க்கும் நோக்கத்துடனும் ஜானகிராமன் ஒற்றை வார்த்தை ஆமோதிப்புகளுடனும் கேட்டுக்கொண்டிருந்தார். இடையில் புகுந்து அப்போது வாசிக்கக் கிடைத்திருந்த ஜானகி ராமன் தொகுப்புகளில் இடம்பெறாமலிருந்த 'கடைசி மணி' கதை எனக்குத் தந்த பரவசத்தைச் சொல்ல ஆரம்பித்தேன். பேசி முடியும்வரை கேட்டுக்கொண்டிருந்த ஜானகிராமன் புன்னகையுடன் 'அது நல்ல கதையா என்ன?' என்று சந்தேகம் தொனிக்கக் கேட்டார். 'எழுதுவது எப்படி?' கட்டுரையில் அவர் சொல்லியிருக்கும் சிறுகதைக்கான இலட்சணங்கள் அந்தக் கதையில் எப்படி வெளிப்படுகின்றன என்பதை அதிகப் பிரசங்கம் செய்துகொண்டிருந்தேன். 'எழுதியவனுக்குத் தெரியாத ஒன்று வாசகனுக்குப் புலப்பட்டால் அது நல்ல கதைதான். அப்படி ஒரு இடம் படிக்கிறவனுக்கு இருக்கிறது இல்லையா?'. அவர் அப்போது கேட்ட கேள்விக்கு எனக்கு உடனடியான விடை தெரியவில்லை. இப்போது வெளிச்சமாகப் புலப்படுகிறது. வாசிக்க வாசிக்க அதன் நுண் தளங்கள் வெளிப்படுகின்றன.

பள்ளிக்கூட கெமிஸ்ட்ரி வாத்தியார் ஆராவமுதனுக்கு முப்பத்து நான்கு வருட சர்வீசில் ஒரு நாள் தலைமை ஆசிரியராக இருக்கும் வாய்ப்பு கிடைக்கிறது. ஒருநாள் ஹெட்மாஸ்டராக இருந்தது ஜில்லாவிலேயே நினைவிருக்க வேண்டும் என்பதற்காகத் தன்னுடைய தைரியமின்மையையும் மீறி இரண்டாவது பீரியடோடு பள்ளிக்கு விடுமுறை விடுகிறார். எளிய கதை. ஆனால் கதை சொல்லப்பட்ட விதத்தில் இயல் பாகவே துணைப் பிரதிகள் உள்ளே புகுந்துகொள்கின்றன. நிலவு கொட்டிக் கிடக்கும் இரவில் ஒரு வெள்ளை யானையின் மேலேறி தென்னை மரத்திலிருந்து காய் பறிப்பதாக ஆராவமுது காணும் கனவுடன் தொடங்குகிறது கதை. அது அவரது ரகசிய ஆசையைச் சொல்கிறது. தன்னுடைய அந்தஸ்துக்குக் குறைந்த தகுதியிலிருக்கும் எவருடனும் பேசாத ஓய்வுபெற்ற அதிகாரியான பள்ளிச் செயலாளரைப் பற்றிய சித்தரிப்பில் ஆராவமுதுவின் பயமும் அதிகாரி பற்றிய பார்வையும் வெளிப்படுகிறது. 'ஒரு பெரிய சாய்வு நாற்காலியில் அந்த மனுஷ ஏணி வளைந்து படுத்திருந்தது' என்ற வரியிலேயே இருவரின் குணப் பதிவுகள் விளங்குகின்றன. ஒருநாள் அதிகாரம் கிடைத்த தெம்பு மனைவியை விரட்டுகிறது. 'நீர்தான் இன் சார்ஜாமே இன்னிக்கு' என்று இளப்பமாகக் கேட்கும் சக ஆசிரியர் ஆனைக்கால் கோபாலய்யரிடம் 'ஆமா, தலையெல்லாம் லீவு எடுத்துண்டா, என் மாதிரிக் காலுக்குப் பாரம் வந்து சேர்கிறது' என்று எதிர்ப் பேச்சாளரின் உடற் குறையைச் சுட்டிக் காட்டிக் கேலி செய்கிறது.

அடுத்த கணம் கழிவிரக்கத்துடன் வருந்தும்போதே ஆராவமுது திக் விஜயத்தில் வெற்றிபெற்ற சக்கரவர்த்தி போலவும் தன்னை உணர்கிறார். அதைக் கொண்டாடிக்கொள்ளவே விடுமுறையும் அறிவிக்கிறார். மனித மனத்தின் விநோதங்களை வாசகன் முன்னால் பகிரங்கப்படுத்துகிறது கதை. இவ்வளவு நுட்பங்கள் வெளிப்படும் கதை நல்ல கதைதான் என்று அந்தச் சந்திப்பில் ஜானகிராமனிடம் சொல்ல முடியாமல் போயிற்றே என்று இப்போது ஏங்குகிறேன்.

பள்ளிப் பருவத்தில் படித்த 'கடைசி மணி' கதை மனதுக்குள் இத்தனை நீண்ட காலத்துக்குப் பின்பும் கலையாமல் இருக்கத் தனிப்பட்ட காரணமும் இருக்கிறது. கதை *கல்கி தீபாவளி* மலரில் வெளிவந்தது. அன்று கைக்குக் கிடைத்ததை வாசித்து மேலும் பசியுடன் தவித்த காலம். அம்மாவிடம் மன்றாடி வாங்கிய காசில் பள்ளி உணவு இடைவேளையில் ஓடிப் போய் முகவரிடமிருந்து மலரை வாங்கி வந்தேன். இடைவேளைக்குப் பிறகு கூடிய பள்ளி ஒரே வகுப்புடன் அன்றைக்கு முடிந்தது. வீடு திரும்பியதும் மலரில் வாசித்த முதல் கதை தி. ஜானகிராமனின் 'கடைசி மணி'தான். கதைச் சம்பவம் அந்த தினத்தின் எதார்த்தமாக இருந்ததை உணர்ந்த நொடியில் தெறித்துப் பரவிய பரவசம் வாழ்வின் பேரனுபவம். ஒருவேளை அந்த ரச வாதத்தின் பேரில்தான் ஜானகிராமன் கதைகளை மதிக்கிறேன்போல. இலக்கியத்தின் விளைவு என்று அன்று தீர்மானிக்கத் தெரியாமலிருந்த இந்த அனுபவம் பின்னர் அநேகமாக அவரது எல்லாக் கதைகளிலும் கிடைத்திருக்கிறது. கலையின் இந்த உயிர்ச் செயலை ஜானகி ராமனே தனது ஆகச் சிறந்த கதைகளில் ஒன்றான 'செய்தி'யில் எடுத்துக் காட்டியிருக்கிறார் என்பதும் ஞாபகம் வருகிறது.

தி. ஜானகிராமனின் பெரும்பான்மையான கதைகள் அவரே வகுத்துச் சொல்லும் இலக்கணத்துக்குப் பொருந்துபவைதான். சிலகதைகளில் நூறு சதவீதப் பொருத்தம். சிலவற்றில் சதவீதக் குறைவு. அவருடைய உவமையை மேற்கோளாக வைத்துச் சொன்னால் 'மரத்தின் நிழல் கருக்காகக் கத்தரித்தாற்போல விழுந்தவையும் பூசினாற்போல விழுந்தவையும்.'

கத்தரித்த நிழல்போல விழுந்தவை அவருடைய சிறந்த கதைகள். பூசினாற்போல விழுந்தவை மற்றவை. ஆனால் எந்தக் கதையும் அவரது தனித் தன்மையைக் கொண்டிராதவை அல்ல.

5

தி. ஜானகிராமன் படைப்புகள் குறித்த சிந்தனையில் கூறியது கூறலாக மனதுக்குள் வரும் வாசகம் 'அவர் நவீனத்துவர் அல்ல' என்பது. சிறுகதைகளைப் பற்றி யோசிக்கும்போது கூடுதலான

அழுத்தத்துடன் இந்த வாசகம் நினைவில் மிளிர்கிறது. அவரது மனப் பாங்கும் படைப்புமுறையும் மரபு சார்ந்தவை. ஆனால் மரபை மீற வேண்டிய தருணங்களில் தன்னிச்சையாகவே அவை விடுதலை பெற்றுவிடுகின்றன. மனித சுதந்திரத்துக்கு முட்டுக்கட்டையாக இல்லாதவரை மரபை ஏற்றுக்கொள்கிறார். அது தடையாக முன் நிற்கையில் மிக இயல்பாக மீறுகிறார்.

ஜானகிராமனின் வாழ்க்கை சார்ந்தும் படைப்பு சார்ந்தும் இதை விளக்க முடியும். ஜானகிராமன் நினைவுகூரலாக எழுதிய கட்டுரையில் கரிச்சான் குஞ்சு தனி வாழ்க்கைச் சம்பவங்கள் சிலவற்றைச் சொல்லுகிறார். அதில் ஒன்று ஜானகிராமன் சகோதரியின் மறுமணம். 'அவனுடைய இளைய சகோதரி மூத்த ஸகோதரியின் புருஷரையே மணக்க வேண்டிய நிர்ப்பந்தம் நேர்ந்தபோது அவர்கள் குடும்பத்தில் அது பெரிய குழப்பத்தை, அதிர்ச்சியை ஏற்படுத்தியது. கிடந்து பொறுமினான் இவன். தந்தையாரிடம் இருந்த மரியாதையால் அடங்கினான். ஆனால் பிற்பாடு அந்த ஸகோதரிகள் இருவருடைய கணவனாய் இருந்தவர் இறந்த பத்தாவது நாள் கழுத்தில் புடவை போடுவது வேண்டா மென்று கத்தி ஆர்ப்பாட்டம் செய்து துடிதுடித்தான். புரோஹிதர் வயதானவர் ஒருவரைத் திட்டியும் விட்டான். அப்போது சமாதானம் செய்யப்போன என்னையும் அடித்துவிட்டான்.' இந்த தார்மீகக் கோபத்தை அவரது முதன்மையான சில கதைகளில் பார்க்கலாம். குறிப்பாக 'சண்பகப் பூ' சிறுகதையில். கணவனை இழந்த பதினெட்டு வயது மனைவி. ஆனால் அந்த இழப்பை அவள் பொருட்படுத்துவதில்லை. சுற்றி இருப்பவர்கள் சுட்டிக் காட்டியும் தன்னை அலங்கரித்துக்கொண்டு நடமாடுகிறாள். உச்சக்கட்டமாகக் கணவனின் தமையனுடன் 'நாணம் பூக்க' வண்டி யேறுகிறாள். மரபை மீறிய ஒரு வாழ்க்கைக் கணத்தை விரித்துச் சொல்லுகிறது கதை. இன்று இந்தக் கதைக்குக் காலப் பொருத்தம் இல்லை. ஆனால் கதையின் மையத்துக்குக் காலத்தை மீறிய இசைவு இருக்கிறது. அன்று விதவை மறுமணத்துக்கு வாதிட்ட கதையை ஒரு பெண் தன் வாழ்க்கையைத் தானே தேர்ந்துகொள்ளும் உரிமை சார்ந்த ஒன்றாகப் பார்க்கும்போது சம காலத்தியதாகப் பொருள் படுகிறது. இது அவரது மனப்பான்மையை எடுத்துக் காட்டும். அவரே தன்னை விலக்கப் பட்டவனாகவும் (பிரஷ்டனாக) விலக்கப்பட்டவர்களின் சார்பாளனாகவும் அறிவித்திருக்கிறாரே. 'நல்ல கலை பிரஷ்டர்களிடமிருந்துதான் தோன்றுகிறது' என்று பிரகடனமும் செய்திருக்கிறாரே.

சிறுகதைகளின் வடிவத்திலும் கூறுமுறையிலும் ஜானகி ராமன் நவீனத்துவத்தின் இயல்புகளைக் கையாள மறுத்தவர்.

எளிமையும் நேரடித்தன்மையும் கொண்டவை அவரது கதைகள். கச்சிதமானவையாக இருக்கும் அதேநேரத்தில் உள் விரிவுகள் கொண்டவை. அவரைச் செவ்வியல் கதைஞர் என்று வகைப்படுத்த இதுவே காரணம். ஏறத்தாழ ஒரே மாதிரியான வடிவத்திலேயே கதைகளை எழுதியிருக்கிறார். புதுமை என்றோ நவீனம் என்றோ சொல்ல முடியாத செவ்வியல் வடிவமே அவற்றில் காணக் கிடைப்பவை. காலத்தின் நகர்வில் களிம்பேறிப் போகும் செவ்வியல் அல்ல; மாறாக பழைய இலக்கியங்களில் தென்படும் சிரஞ்சீவிப் புதுமை கொண்டவை. உத்திகள் மூலம் கதைகளை முன்வைப்பது அவருக்கு உவப்பில்லாத செயல். பூரிதநிலையில் இருக்கும் அவரது படைப்பு மனம் அவற்றைப் புறக்கணிக்கிறது. சமயங்களில் அவற்றைக் கேலியும் செய்கிறது. 'கருங்கடலும் கலைக் கடலும்' என்ற பயண நூலில் அதி நவீனரான பிரான்ஸ் காஃப்காவின் கதைகளைக் குறித்து வெளிப்படுத்தும் கிண்டலும் நவீன ஓவியங்கள் பற்றிய அணுகுமுறையும் இந்த செவ்வியல் மனதின் நிராகரிப்புகள்தாம்.

நூற்றுச் சொச்சம் வரும் கதைகளில் வித்தியாசமான கூறுமுறைகளில் எழுதப்பட்டவை பத்துக்கும் குறைவே. தன்மைக் கூற்றிலும் படர்க்கைக் கூற்றிலுமான நேரடியான கதையாடல் கொண்டவை, துணைப் பாத்திரங்கள் மூலம் முன்வைக்கப்படுபவை, உரையாடல் மூலம் நிகழ்த்தப்படுபவை, கடிதங்கள் மூலமாக விரிபவை என்ற நான்கு முறைகளிலேயே பெரும்பான்மையான கதைகள் அமைந்திருக்கின்றன. விமர்சன அடிப்படையில் வரையறுத்தால் ஜானகிராமனின் கதைகள் அவரே உருவாக்கிய சூத்திரங்களுக்கு உட்பட்டவை. 'ஆரம்பம், இடை, முடிவு ஆகியவை தெளிவாகத்தான் இருக்க வேண்டும் என்பதில்லை' என்பது அவரது கருத்து. அதை ஏறத்தாழ எல்லாக் கதைகளிலும் பின்பற்றியிருக்கிறார். இடைப் பகுதியில் ஆரம்பித்து முன்னும் பின்னுமாகச் செல்லும் கதையாடலையே அதிகமாகக் காணலாம். ஒருவேளை இது அவரது இசை ரசனையின் தூண்டுதலாக இருக்கலாம். அனுபல்லவியிலிருந்தோ சரணத்திலிருந்தோ தொடங்குவதன் மூலம் கேட்பவனுடன் சட்டென்று ஒன்றிவிடும் இசைக் கலைஞனின் அநாயாசத் திறனுடன் இதை ஒப்பிட முடியும். விஸ்தாரமான ஆலாபனையோ ராகத்தை இடை நிறுத்தி மேற்கொள்ளும் ஸ்வரப் பிரஸ்தாரங்களோ இல்லாமல் கீர்த்தனையை மட்டுமே பாடுவது போன்ற செயலைத் தான் கதையில் ஜானகிராமன் கையாண்டது போலப் படுகிறது. ஒரு கீர்த்தனைக்கு அமைந்திருக்கும் கச்சிதவடிவத்தை அவருடைய கதைக்குப் பொருத்தலாம். அது ஒரு திட்டமிட்ட வடிவம். சூத்திரப்படியான வடிவம். அது மறைமுகமாக செவ்வியல் முழுமையின் அடையாளம்கூட. ஜானகிராமனின்

வீச்சுக் குறைவான சிறுகதைகூட வடிவ ஒருமை கொண்டிருப்பது இந்தச் செவ்வியல்தன்மையால்தான். அவரது கதைகள் எதுவும் பலமுறை திருத்தி எழுதப்பட்டவையாகத் தோன்றுவதில்லை. எடுத்த எடுப்பிலேயே முழுமை கூடிய ஒரு உருவம் அமையப் பெற்றவையாகவே தெரிகின்றன. அவற்றில் மூளியானவை குறைவுதான்.

6

செவ்வியல்தன்மை கொண்டது ஜானகிராமனின் படைப்புகள் என்பதை நிறுவ உதவும் பெரும் சான்று படைப்புகளில் அவர் வெளிப்படுத்தும் உலகம். மிகப் பரந்தது அந்த உலகம். வெவ்வேறு நிலக் காட்சிகள் கொண்டது. அவருடைய ஆகத் துயரமான கதைகளில்கூட அந்த உலகம் பிரகாசமானதாகவே இருக்கிறது. எடுத்துக்காட்டாக இரண்டு கதைகளை ஒப்பிடலாம். புதுமைப்பித்தனின் மகத்தான சிறுகதையான 'செல்லம்மாள்'; தி. ஜானகிராமனின் குறிப்பிடத்தகுந்த கதையான 'வேண்டாம் பூசனி.' இரண்டும் வெவ்வேறு கதை நிகழ்வுகள் கொண்டவை. ஆனால் மரணத்தின் பின்புலத்தில் நிகழ்பவை. 'செல்லம்மாளுக்கு அப்போதுதான் மூச்சு ஒடுங்கியது' என்ற மரண அறிவிப்புடன் முதல் கதை தொடங்குகிறது. 'பாட்டிக்குக் கைகால்கள் எல்லாம் வீங்கிவிட்டன. ரத்தம் இல்லாத குறைதான்' என்ற மரணத்துக்குக் காத்திருக்கும் அறிகுறியுடன் இரண்டாவது கதை ஆரம்பமாகி பாட்டியின் சாவில் முடிகிறது. இரண்டிலும் சித்தரிக்கப்படும் பின்னணி மரணத்தையும் அதையொட்டிய நினைவுகளையும் சார்ந்தவைதாம். ஆனால் புதுமைப்பித்தனின் கை அந்தப் பின்னணியை இருளின் வர்ணத்தில் தீட்டிக் காட்டும்போது ஜானகிராமன் அதை வெளிச்சத்தின் நிறத்தில் வரைந்து காட்டுகிறார்.

இந்த அவதானிப்பு தி. ஜானகிராமன் கதைகளில் மரணம் சித்தரிக்கப்படும் பொது அவதானிப்புக்கு இட்டுச் செல்கிறது. 'செண்பகப் பூ', 'நானும் எம்டனும்', 'அக்பர் சாஸ்திரி', 'பரதேசி வந்தான்', 'வெயில்', 'கோபுர விளக்கு', 'அத்துவின் முடிவு' ஆகிய கதைகளில் மரணம் முக்கிய இடம்பெறுகிறது. ஆனால் அந்த மரணங்கள் அச்சுறுத்துபவையாகச் சித்தரிக்கப்படுவதில்லை. ஒரு பார்வையாளனின் வேடிக்கைக் கோணத்திலோ, குழந்தையின் பராக்குப் பார்க்கும் போக்கிலோ, கோமாளியின் நையாண்டி யாகவோ, தவிர்க்க முடியாத சங்கதி என்ற பெரும் போக்குடனோ தான் இடம்பெறுகின்றன. மரண நிகழ்வை மிக இயல்பான ஒன்றாகவும் சற்றுக் கவித்துவமானதாகவுமே அவர் குறிப்பிடுகிறார். 'டாக்டர் உதவியில்லாமலே அக்பர் சாஸ்திரி மனிதன் செய்கிற

கடைசிக் காரியத்தையும் செய்துவிட்டார்' (அக்பர் சாஸ்திரி), 'அம்மாவின் காதில் ஒன்றும் விழவில்லை. அம்மா கைலாசத்தில் சிவனாரின் மடியில் தலைவைத்து உறங்கிக்கொண்டிருந்தாள்' (வேண்டாம் பூசனி) – ஆகிய சித்தரிப்புகள் இதற்கு உதாரணங்கள். அவரது அக்கறையும் பரிவும் வாழ்வின் மீதுதான்; அதன் விநோதங்கள் மீதுதான். அதை நடத்தும் மனிதர்கள் மீதுதான் என்பதையே இது வலியுறுத்துவதாகப் படுகிறது. அவரது கதை யுலகம் மனிதர்களால் நிரம்பி இருப்பதும் இதற்கு அத்தாட்சி.

இது இன்னொரு உண்மையையும் வெளிப்படுத்துகிறது. தி. ஜானகிராமனின் படைப்புகளைப் பற்றிய ஒரு விமர்சனம், அவர் பிராமணக் கதைமாந்தர்களையே அதிகம் படைத்திருக்கிறார் என்பது. 'எனக்கு அம்மாமிகளைப் பற்றிதான் அதிகம் தெரியும். ஆத்தாள்களைப் பற்றித் தெரியாது. தெரிந்ததைத்தானே எழுத முடியும்' என்பதாக அந்தத் தூற்றுதலுக்கு ஜானகிராமன் மெனக்கெட்டுப் பதிலும் அளித்திருக்கிறார். மொத்தமாகக் கதைகளைப் பரிசீலிக்கும்போது அவருடைய ஒப்புதல் வாக்கு மூலம் பொருத்தமற்றதாகத் தெரிகிறது. அம்மாஞ்சிகளையும் அம்மாமிகளையும் பாத்திரங்களாக வைத்து எழுதியதை விடவும் அய்யாக்களையும் ஆத்தாள்களையும் கதை மாந்தராக்கி எழுதியவையே அதிகம். இன்று அந்தக் கதைகளை எழுத நேரிட்டால் அவரைக் குறிவைக்கக் காத்திருக்கும் ஆபத்துகளை யோசிக்கும்போது அந்தக் கலைஞனின் துணிவு வியக்க வைக்கிறது. கலைக்கான எதார்த்தங்கள்தாம் சார்பு கொண்டவை. கலையின் செயல்பாடு சார்புகளை மீறியது என்று சொல்லலாமா? எல்லாப் பெருங் கலைஞர்களின் படைப்புகளைப் போலவே ஜானகிராமன் படைப்புகளும் 'சொல்லலாம்' என்றே ஆமோதிக்கின்றன.

7

தமிழ்ச் சிறுகதைகளில் மிகமிக அதிகக் கதாபாத்திரங்கள் வரும் கதைகள் தி. ஜானகிராமனுடையவை என்று படுகிறது. இதைச் சொல்லும் போதே ஒற்றைப் பாத்திரத்தை வைத்து புதுமைப்பித்தன் எழுதியிருக்கும் 'தெரு விளக்கு' நினைவுக்கு வருகிறது. அப்படியான செய்கையை ஜானகிராமனிடம் பார்ப்பது அசாத்தியம். முதன்மையான இரண்டோ மூன்றோ பாத்திரங்கள் கொண்ட கதையில்கூட துணைப்பாத்திரங்களின் எண்ணிக்கை அதிகம். பெரும்பாலும் துணைப்பாத்திரங்களே கதையை விரிக்க உதவுபவையாக அமைகின்றன. 'கொட்டு மேளம்' கதை டாக்டரை மையமாகக் கொண்டது. உலகியல் சூதுகள் தெரிந்தும் அதில் ஈடுபட முடியாத மனித மனத்தின் மேன்மையைச் சொல்லுகிறது கதை. டாக்டர் துரைசாமி, அவரை மணக்கவிருக்கும் பார்வதி,

கம்பவுண்டர் ஜீவரத்தினம் ஆகிய மூன்று புள்ளிகளைச் சேர்த்து உருவாகும் கதையைத் துணைப் பாத்திரங்களே முழுமை யாக்குகின்றன. ஐராவதம் முதலியார், மாரியப்பப் பிள்ளை என்று பருண்மையாகக் கதையின் நிகழ் காலத்தில் வரும் துணைப்பாத்திரங்களும் அண்ணன், அண்ணி, அம்மா, கர்னல் சுந்தரத் தாண்டவன் என்று குறிப்பாகச் சொல்லப்படும் உப பாத்திரங்களும் சேர்ந்தே கதையை முழுமையாக்குகின்றன. இத்தனைப் பாத்திரங்களும் இத்தனைக் கிளை பிரிதல்களும் வேண்டுமா என்று கேட்கவிடாமல் இணைவது ஜானகிராமனின் உத்தியால்; அல்லது சூத்திரத்தால். இந்தத் துணைப்பாத்திர சகாயம் இல்லாமல் கதை இல்லை. திட்டமிட்டு ஒரு கதையை உருவாக்குவதல்ல; மாறாகத் தன் முன் காட்சியளிக்கும் பரந்த வாழ்க்கையின் ஒரு விள்ளலைப் பிரித்தெடுத்துக் காண்பிப்பதே அவரது கலை.

கதைகளில் அங்கம் வகிக்கும் பாத்திரங்கள் வெவ்வேறு வகையானவர்கள். காதலர்கள், கணவர்கள், பிறன்மனை நயப்பவர்கள், தேவதைகள், பிசாசுகள், குழந்தைகள், அரசர்கள், துறவிகள், பரதேசிகள், தாசிகள், இசைக்கலைஞர்கள், விமர்சகர்கள், வாத்தியார்கள், மாணவர்கள், வண்டியோட்டிகள், தொழு நோயாளிகள், பிச்சைக்காரர்கள், அரசு அதிகாரிகள், கன்னிகள், விதவைகள், அம்மாக்கள், அண்ணிகள், சகோதர சகோதரிகள், மாமியார்கள், மைத்துனர்கள், அர்ச்சகர்கள், உஞ்சவிருத்திக் காரர்கள், நடன மணிகள், சினிமா நடிகைகள், டாக்டர்கள், வைத்தியர்கள், பக்தர்கள், தெய்வ தூஷணையாளர்கள், பக்தர்கள், ஆஷாடபூதிகள், கிழவர்கள், கிழவிகள், பகுத்தறிவுச் செம்மல்கள், கடன்காரர்கள், வாங்கிய கடனைத் தர வக்கில்லாதவர்கள், ஏமாற்றுப் பேர்வழிகள், தரகர்கள், ஜமீன்தார்கள் என்று வாழ்வின் சகல மனிதர்களும் நடமாடும் பரந்த முற்றம் ஜானகிராமனின் கதைப் பரப்பு. தட்டச்சு எந்திரமும் பஸ்ஸும் கிளியும் குதிரையும் கூட அந்த முற்றத்தில் நடமாடுகின்றன. இவர்கள் வாழ்வின் பொருட்டாகச் செய்யும் எல்லாவற்றையும் உள்ளடக்கிய ஒரு பெருங்காட்சியாக ஜானகிராமன் கதையுலகின் இயக்கம் விரிவு பெறுகிறது.

பெரும்பான்மையான கதைகள் அவரது சொந்த நிலமான தஞ்சாவூரைக் களமாகக் கொண்டவை. பெரிதும் அந்த மண்ணின் மொழியைப் பேசுபவை. அந்த நிலத்தின் இயற்கையையும் கிராமங் களையும் நகரங்களையும் சித்தரிப்பவை. அதைப் புவியியல் சித்தரிப்பாக அல்லாமல் மானுட வயப்படுத்தப்பட்ட நிலக் காட்சியாகவே ஜானகிராமன் காட்டுகிறார். அந்த மண்ணின் பிரத்தியேக குணத்தைச் சொல்லும்போதே அதைக் கடந்த

இன்னொரு இடத்துக்கும் பொருந்தும் வகையில் உருவாக்குகிறார். காமமும் ஏமாற்றும் பரிவும் காதலும் மண்ணின் குணம் என்பது போலவே மானுடத்தின் குணம் என்பது அவரது எண்ணம். 'கடன் தீர்ந்தது' சிறுகதையில் தன்னிடம் வாங்கிய இருபதினாயிரம் ரூபாய்க் கடனைத் திரும்பத் தராத ராமதாஸிடம் வெறும் இரண்டு அணாவை வசூல் செய்துவிட்டுக் கடன் தீர்ந்தது என்று சொல்கிறார் சுந்தர தேசிகர். நாடுவிட்டு நாடுவந்த விருந்தாளியைக் கவனித்துக்கொள்ளும் பொறுப்பின் இடையே தனக்கு நேர்ந்த பேரிழப்பைச் சொல்லாமல் அவரை உபசரிக்கிறார் ஜப்பானியரான யோஷிகி. இந்த இரண்டு எளிய மனிதர்களின் பெருந்தன்மையைச் சொல்லும் கதைகள் முறையே தஞ்சாவூர் கிராமத்திலும் ஜப்பானிய கோபே நகரத்திலும் நடக்கின்றன என்பது தற்செயலானது. இடம் மாறியிருந்தாலும் ஜானகிராமன் இதே பரிவுணர்வைத்தான் சொல்லியிருக்க முடியும். மனிதர்கள்மீது காட்டும் வாஞ்சையே அவரது கலையின் மையம். அந்த அளவில் இலட்சியவாத எழுத்தின் பிரதிநிதி. எனினும் எதார்த்தத்தை விட்டு விலகாதது அந்த இலட்சியவாதம்.

8

தி. ஜானகிராமன் கதைகளின் தனித்துவம் அதில் வரும் உரையாடல்கள். பாத்திரங்களின் கூற்றாக நிகழும் உரையாடலின் மூலமே அவர்களின் குணங்களையும் கதையின் உருவத்தையும் கொண்டு வந்துவிடுகிறார். ரசிகரும் ரசிகையும் கதை உரையாடலாகவே அமைந்தது. அந்தப் போக்கிலேயே தானில்லாமல் தியாகராஜ உற்சவமில்லை என்று அகங்காரம் கொள்ளும் பாடகர் மார்க்கண்டமும் 'இப்பத்தான் சமயம் வாச்சுது எனக்கு' என்று இடித்துரைக்கும் பக்க வாத்தியக்காரரும் 'தியாகய்யரைவிட நான் நல்லாப் பாடறேனாம், இந்த மாதிரி உளறிகிட்டு அலையாதே' என்று பாடகரை விரட்டும் தாசி ஞானாம்பாளும் குரல்களிலிருந்து உயிர்த்துத் திட வடிவம் பெறுகிறார்கள். வேறு சில உரையாடல்கள் பாத்திரங்களின் குணாம்சத்தைப் பகிரங்கப்படுத்துகின்றன. அவரது ஆகச் சிறந்த கதையான 'சிலிர்ப்'பில் வரும் உரையாடல் மொத்தக் கதாபாத்திரங்களின் குணாம்சத்தையும் வெளிப்படுத்துகிறது. 'சத்தியமா?' கதையின் உரையாடல் போக்கே முழுமையாகக் கதையையும் அதன் ஆழத்தையும் எடுத்துக் காட்டிவிடுகிறது. இதே பணியை அவரது உவமைகளும் மேற்கொள்ளுகின்றன. 'பழைய பேப்பர்க்காரன் தராசு தெய்வீகக் கொல்லன் கைவேலை. ஆனையை வைத்தால் ஆறு பலம் காட்டும். ஆறு மாசத் தினசரிக் காகிதம் எந்த மூலை?' என்ற 'கோதாவரிக் குண்டு' கதையின் ஆரம்ப வரிகள் சுவாரசியமானவை. ஒருவகையில் கதையைத்

திறக்கும் கருவியும் அந்த வரிகளே. பழைய பேப்பரை விற்று மாதாந்திர பட்ஜெட்டைச் சரிக்கட்டும் ஆளிடம் மனைவி வெட்டிச் செலவுக்காகப் பாத்திரத்தை அடகு வைப்பதையும் அதை மிக இயல்பாக எடுத்துக்கொள்ளும் கணவனையும் மையப் படுத்தும் கதைக்கு ஆரம்ப வரிகளின் தரித்திரநிலை விளக்கம் பொருத்தமானதுதானே.

9

ஆண் பெண் உறவில் எழும் பிரச்சனைகளையும் காமத்தையும் அதிக அளவில் ஜானகிராமன் எழுதியதாக ஒரு கருத்து நிலவுகிறது. மொத்தக் கதைகளை வைத்துப் பார்த்தால் இது போன்ற கதைகள் பத்து விழுக்காடுகூட இல்லை. 'சண்பகப் பூ', 'பசி ஆறிற்று', 'வேறு வழியில்லை', 'மணம்', 'அதிர்வு', 'தூரப் பிரயாணம்', 'குளிர் ஜுரம்', 'பாஷாங்க ராகம்', 'மனநாக்கு', 'தவம்', 'யதுநாத்தின் குரு பக்தி', 'ராவணன் காதல்' ஆகிய கதைகளில் மட்டுமே பாலுறவுச் சிக்கல்களும் காமத் தத்தளிப்பும் சித்திரிக்கப்படுகின்றன. இதே கதைகளிலும் இன்னொரு உப பிரதியை வாசிக்க முடியும். உதாரணமாக, 'சண்பகப் பூ' கதையில் பெண்ணின் சுதந்திரத்தையும் சமூகத்தின் பொருமலையும். மணத்தில் பெண்ணின் உடல்மீது நிகழும் தந்திரமான சுரண்டலையும் அவளது அருவருப்பையும் தவம் கதையில் காமத்தின் வியர்த்தத்தையும் ஆணின் முட்டாள் தனத்தையும் தூரப் பிரயாணத்தில் ஆணின் அத்துமீறலையும் அவளது சுய தேர்வையும் வாசிக்கலாம்.

'ஜானகிராமனின் மகோன்னத பாத்திரங்கள் பெண்கள்தாம்' என்று அசோகமித்திரன் குறிப்பிடுகிறார். அது துல்லியமான கணிப்பு. குழந்தை முதல் கிழவிவரையான எல்லாப் பருவங்களிலுமாக அவரது பெண் பாத்திரங்கள் இருக்கிறார்கள். அவர்களை வியந்து பாராட்டுவதில் அவருக்கு அலுப்பே ஏற்படுவதில்லை. பல சமயங்களில் அவர்கள் மானுடப் பிறவிகள்தானா என்று பரவசப்பட்டுக் கேட்கிறார். அப்படிப் பரவசம் மேலிடும்போது அவரது வர்ணனைகள் கவிதையின் சாயலை அடைகின்றன. நெருப்பின் வெவ்வெறு நிலைகளுடன் சுடர், ஜுவாலை, குத்து விளக்கு என்றுதான் வர்ணிக்கப்படுகிறார்கள். சிருஷ்டியின் வெம்மை அவர்களிடமே இருக்கிறது என்பதனாலாக இருக்கலாம் இந்த வியப்பு. சிருஷ்டியின் குளிர்ச்சியை அவரது குழந்தைப் பாத்திரங்கள் பரப்புகின்றன. அதன் மகத்தான உதாரணம் 'சிலிர்ப்பு.' பெண்கள் மீதான அவருடைய வியப்பு கவித்துவமானது என்றால் பிற பாத்திரங்களுடனான அணுகுமுறை எதார்த்தம் சார்ந்தது. நடைமுறை உலகின் எல்லா மனிதர்களும் எல்லா மனித நடவடிக்கைகளும் கதைகளில் இடம் பெறுகின்றன. கதை

மாந்தர் எல்லாரும் உணர்வு சார்ந்தே முன்னிருத்தப் படுகிறார்கள். மனிதனின் காமம் (தூரப் பிரயாணம்), ஏமாற்று (கங்கா ஸ்நானம்), வன்மம் (பாயசம்), தனிமை (கிழவரைப் பற்றி ஒரு கனவு), அற்பத்தனம் (விரல்), பரிவு (கோபுர விளக்கு), கருணை (சிலிர்ப்பு), கழிவிரக்கம் (சாப்பாடு போட்டு நாற்பது ரூபாய்), அரசியல் சூது (மரமும் செடியும்), குற்ற உணர்வு (கண்டாமணி), வஞ்சம் (அத்துவின் முடிவு) என்று மேலோட்டமாக அட்டவணைப்படுத்தலாம். ஆனால் அது அவரது கதைக் கலைக்குச் செய்யும் அநீதி. ஏனெனில் கதைகள் வெறும் கதைகள் மட்டுமல்ல.

மனிதர்களின் களிப்பையும் துயரத்தையும் வெற்றியையும் வீழ்ச்சியையும் தடுமாற்றத்தையும் திடத்தையும் மதிப்பீடுகளையும் பிறழ்வுகளையும் ஏறத்தாழ சமமாகவே பார்க்கும் பார்வையில் வெளிப்பட்டவை ஜானகிராமன் கதைகள். வாங்கிய இருபதாயிரம் ரூபாய்க் கடனைத் திருப்ப மறுப்பவனிடம் இரண்டணா வாங்கிக் கொண்டு கடன் தீர்ந்தது, என்று சமாதானம் கொள்ளும் சுந்தர தேசிகரும் (கடன் தீர்ந்தது) மருமகன் எண்ணிக்கொடுத்த மூவாயிரத்து நாற்பத்தேழு ரூபாயை மறைத்து வைத்துவிட்டுப் பணத்தைக் கொடுக்கவில்லை என்று வழக்கு தொடுக்கும் துரையப்பாவும் (கங்கா ஸ்நானம்) ஜானகிராமனின் கதைப் பார்வையில் சமமானவர்களாகவே இருக்கிறார்கள். சூழ்நிலையும் உணர்வும் மனிதர்களை ஆட்டிவைக்கும் விசித்திரத்தைப் பார்க்கும் பார்வை அது. "ஒரு சிறுவன்போல நான் அன்றாட உலகத்தைப் பார்த்து வியக்கிறேன். சிரிக்கிறேன். பொருமுகிறேன், நெகிழ்கிறேன், முஷ்டியை உயர்த்துகிறேன், பிணங்குகிறேன், ஒதுங்குகிறேன், சில சமயம் கூச்சல் போடுகிறேன்" இந்தச் சேஷ்டைகள்தாம் தனது கதைகள் என்கிறார் ஜானகிராமன். சொன்ன ஒவ்வொரு சேஷ்டைக்கும் சான்றாகும் வகையில் கதைகளை வரிசைப்படுத்தி விட்டால் அவரது படைப்பு ரகசியத்தையும் செய்தியையும் கண்டடைந்துவிடலாம். ஆனால் அது அவ்வளவு எளிதல்ல.

10

இன்றைய தேதிக்கு தி. ஜானகிராமன் சிறுகதைகள் காலப் பழக்கம் கொண்டவை. அவற்றில் கையாளப்படும் விஷயங்கள் இன்று காலக்கெடு தீர்ந்தவை. இடம்பெறும் நிலக் காட்சிகள் மாறி யிருக்கின்றன. பின்புலங்கள் மாறியிருக்கின்றன. மனிதர்களின் தோற்றங்களும் பழக்கங்களும் மதிப்பீடுகளும் மாறியிருக்கின்றன. கதைகளில் செயல்பட்ட உத்திகளும் கூறுமுறைகளும் மாறியிருக் கின்றன. ஆனால் இந்தக் கதைகள் இன்றைய வாசிப்பிலும் பழையனவாக மாறிவிடவில்லை. ஏனெனில் அவை மனிதப் படைப்பின் ஆதார குணங்களின் மீது உருவாக்கப்பட்டவை.

என்றென்றைக்குமான நித்தியப் புதுமையைக் கொண்டிருப்பவை. இந்தத் தொகுப்பிலிருந்து அப்படியான பல கதைகளை எடுத்துக் காட்ட முடியும். ஆனால் அந்தப் பட்டியல் வாசிப்பவருக்குத் தகுந்தவாறு மாற்றங்களைக் கொண்டிருக்கும். ஒரு வாசகனாக, நாவலாசிரியர் தி. ஜானகிராமனுக்கு என் வாசிப்பில் உயர்வான இடம் உண்டு. அதைவிடவும் ஓர் அங்குலம் உயர்ந்த இடத்தை யாவது சிறுகதையாசிரியர் ஜானகிராமனுக்கு அளிக்கவே விரும்புவேன். அப்படிச் செய்வதற்கான சான்று அட்டவணையில் பின்வரும் கதைகள் நிச்சயம் இருக்கும். 'கொட்டு மேளம்', 'சண்பகப் பூ', 'ரசிகரும் ரசிகையும்', 'பசி ஆறிற்று', 'நானும் எம்டனும்', 'கழுகு', 'தவம்', 'சிலிர்ப்பு', 'சிவப்பு ரிக்ஷா', 'கடன் தீர்ந்தது', 'பரதேசி வந்தான்', 'சத்தியமா', 'செய்தி', 'தூரப் பிரயாணம்', 'அக்பர் சாஸ்திரி', 'துணை', 'குளிர்', 'அடுத்த . . .', 'கோபுர விளக்கு', 'கண்டாமணி', 'யோஷிகி', 'மணம்', 'யதுநாத்தின் குரு பக்தி', 'வெயில்', 'பிடி கருணை', 'பாயசம்', 'கங்கா ஸ்நானம்', 'தீர்மானம்', 'முள் முடி', 'இசைப் பயிற்சி', 'கோதாவரிக் குண்டு', 'சாப்பாடு போட்டு நாற்பது ரூபாய்', 'சுளிப்பு', 'கடைசி மணி', 'அத்துவின் முடிவு', 'பாஷாங்க ராகம்'.

'கொட்டு மேளம்' தொகுப்பை முன்வைத்துப் பேசிய க.நா.சு. தி. ஜானகிராமன் கதைகள் வாசிக்கக் கிடைத்த வாசகர்கள் பாக்கியசாலிகள் என்றார் 1965இல் *இலக்கிய வட்டம்* இதழில். தி. ஜானகிராமனின் தேர்ந்தெடுத்த கதைகளை முன்னிலைப் படுத்திய பிரபஞ்சன் அதே சொற்களை வழிமொழிந்தார் 2005இல் 'சிலிர்ப்பு' தொகுதி முன்னுரையில் ஐம்பது ஆண்டுகளுக்கும் பத்து ஆண்டுகளுக்கும் முற்பட்ட அதே வாசகங்களையே நானும் வலியுறுத்த விரும்புகிறேன். இது கலையின் அருமையா, தி.ஜா.வின் பெருமையா? அல்லது இரண்டுக்குமான மரியாதையா?

'தி.ஜா. சிறுகதைகள் முழுத்தொகுப்பு' முன்னுரை
25 டிசம்பர் 2014

ஆர்வப் பதிப்பு

நவீன இலக்கிய முன்னோடிகளின் எழுத்துகளை முழுத் தொகுப்புகளாகவும் செம்பதிப்புகளாகவும் காலச்சுவடு பதிப்பகம் தொடர்ந்து வெளியிட்டு வருகிறது. 'ஜி. நாகராஜன் படைப்புகள்' (சி. மோகன், 1997), 'புதுமைப்பித்தன் கதைகள்' (ஆ.இரா.வேங்கடாசலபதி, 2000), 'ஆத்மாநாம் படைப்புகள்' (பிரம்மராஜன், 2006), 'மு. தளையசிங்கம் படைப்புகள்' (மு. பொன்னம்பலம், 2006), 'சுந்தர ராமசாமி சிறுகதைகள்' (2006), 'கிருஷ்ணன் நம்பி ஆக்கங்கள்' (ராஜ மார்த்தாண்டன், 2009), 'மௌனி படைப்புகள்' (சுகுமாரன், 2010), 'கு. அழகிரிசாமி சிறுகதைகள்' (பழ. அதியமான், 2011), 'கு.ப.ரா. சிறுகதைகள்' (பெருமாள்முருகன், 2013) என்று தொடரும் வரிசையில் புதுச் சேர்க்கையே 'தி. ஜானகிராமன் சிறுகதைகள் – முழுத் தொகுப்பு'.

தி.ஜானகிராமனின் படைப்புகள், வாழ்க்கை வரலாறு, படைப்புகள் பற்றிய மதிப்பீட்டு நூல் ஆகியவற்றை உருவாக்கக் காலச்சுவடு பதிப்பகம் ஏற்கனவே திட்டமிட்டிருந்தது. திட்டத்தின் முதற் கட்டமாக தி.ஜா.வின் கதைகளிலிருந்து பிரபஞ்சன் தேர்ந்தெடுத்துத் தொகுத்த கதைகளின் தொகுப்பு – சிலிர்ப்பு (2006) வெளியானது. வெவ்வேறு காரணங்களால் திட்டத்தின் அடுத்த கட்டங்கள் செயலாக்கம் பெறவில்லை. எனினும் அவரது படைப்புகள் பலவும் காலச்சுவடு பதிப்புகளாக வெளிவந்திருக்கின்றன. 'அம்மா வந்தாள்', 'மோக முள்' நாவல்கள் காலச்சுவடு நவீனத்

தமிழ் கிளாசிக் வரிசையிலும், 'கொட்டு மேளம்' தொகுப்பு முதல் சிறுகதை வரிசையிலும் அடுத்தடுத்து வெளிவந்திருக்கின்றன. பயண நூலான 'நடந்தாய் வாழி காவேரி'யும் 'செம்பருத்தி'யும் புதிய பதிப்புகளைக் கண்டிருக்கின்றன. அந்த வரிசையிலேயே இந்த முழுத் தொகுப்பும் வெளியாகிறது.

நவீன இலக்கியப் படைப்பாளிகளில் இன்றும் வாசகர்களால் விருப்பத்துடன் தேடப்படுபவர்களில் தி. ஜானகிராமனும் ஒருவர். அவரது கதைகள் ஆர்வத்துடன் வாசிக்கப்படுகின்றன. பரவலாக வும் நுட்பமாகவும் விவாதிக்கப்படுகின்றன. அவரது கதைத் தொகுப்புகள் இப்போதும் வாசகனுக்குக் கிடைப்பவையாகவே இருக்கின்றன. தொடர்ந்து புதிய பதிப்புகளும் வெளியாகின்றன. அவரது படைப்புகள் இரண்டு பெருந்தொகுதிகளாகக் கிடைக்கின்றன. இந்த நிலையில் அவரது கதைகளைத் தொகுத்துப் புதிய பதிப்பாக வெளியிடுவதற்கான தேவை என்ன என்ற கேள்வி எழுவது இயல்பு. அவரது படைப்புகள் எளிதில் வாசிக்கக் கிடைக்கின்றன என்பது உண்மை. ஆனால் அவை வாசக ஆர்வத்தைக் கிளர்த்தும் வகையிலோ படைப்பாளியின் கலைக்கு மேன்மைசேர்க்கும் விதத்திலோ அமைந்தவை அல்ல. தி. ஜானகிராமனின் தீவிர வாசகனாக, அவர் பெயரில் வெளியாகும் எந்த நூலைப் பார்க்கும்போதும் ஏற்படும் ஆதங்கத்தைத் தவிர்க்க முடியாமல் உணர்ந்திருக்கிறேன். இவ்வளவு மகத்தான படைப்பு இன்னும் நேர்த்தியான வடிவில் உருவாக்கப்பட்டிருக்கலாகாதா? பார்வையை இடறாத எழுத்துருக்கள் இருந்திருக்கக் கூடாதா? தரமான தாளாகப் போட்டிருக்கக் கூடாதா? திருத்தமாக அச்சிடப்பட்டிருக்க இயலாதா? பொருத்தமான அட்டைப்படம் போட்டிருக்க முடியாதா? இந்தக் கேள்விகள் தொடர்ந்து எழுந்திருக்கின்றன. சரி, வாசிக்கப் புத்தகமாகக் கிடைக்கிறதே என்று ஆறுதல் சொல்லிக்கொண்டாலும் தரமான வேறு புத்தகப் பதிப்புகளைப் பார்க்கும்போது கேள்விகள் புத்துயிர் பெற்று முனகுவதைத் தடுக்க முடிந்ததில்லை.

பதிப்பிக்கப்பட்ட புத்தகம் ஒரு வணிகப் பண்டம் மட்டுமல்ல, ஒரு கலைப் பொருளும் காலங்கடந்து நிற்கும் பண்பாட்டு ஆவணமும்கூட என்ற எண்ணத்திலிருந்து இந்தக் கேள்விகள் முளைத்திருக்கலாம். என் விருப்பத்துக்குரிய எழுத்தாளர்களின் நூல்களை அப்படிப் பார்க்கக் கிடைத்ததில்தான் இந்தக் கேள்விகள் முளைவிட்டிருந்தன. தமிழில் சிற்றிதழ்களின் அறிமுக மும் சிறு பதிப்பாளர்களின் கலாபூர்வமான பதிப்புத் துறை முயற்சிகளும் இந்தக் கேள்விகளை வலுப்படுத்தின. அச்சுத் தொழிலில் ஏற்பட்டிருக்கும் தொழில்நுட்ப வளர்ச்சியும் பதிப்புக் கலையில் ஏற்பட்டிருக்கும் முன்னேற்றமும் தமிழ்ப்

பதிப்புகளிலும் வெளிப்பட்டிருந்த தருணத்தில் தி. ஜானகிராமன் போன்று அழகையே வாழ்வின் மதிப்பீடுகளில் ஒன்றாகக் கருதிய எழுத்தாளரின் படைப்புகளுக்கு அளிக்கப்பட்ட நூல் வடிவம் பொருத்தமானதல்ல, வாசகனுக்கு இதமளிப்பதல்ல என்ற எண்ணம் ஆழமாக வேர்கொண்டது. புத்தகங்களைக் காதலிக்கும் எந்த நுட்பமான வாசகனுக்கும் தனது அன்புக்குரிய படைப்பாளியின் நூல் வெறும் காகிதக் கோப்பாகக் காணக் கிடைப்பது வருத்தமளிப்பது; அவனது வாசக நுண்ணுணர்வை உதாசீனப்படுத்துவதும்கூட. இதுவரை ஒரு சரக்காக மட்டுமே தி. ஜானகிராமன் நூல்கள் அச்சிடப்பட்டு வாசகன் கைக்குக் கிடைத்து வந்திருக்கின்றன.

நூல் பதிப்பின் தோற்றத்தைக் குறித்த ஆதங்கம் இது. நூலின் உள்ளீடு தொடர்பான வருத்தங்கள் இதைவிட அதிகம். ஒரு தொகுப்பில் இடம்பெறும் கதை எந்த இதழில் வெளிவந்தது என்ற குறிப்பு இடம் பெறுவது இல்லை. அது எந்த ஆண்டு எழுதப்பட்டது என்று அறிந்துகொள்ளும் வாய்ப்பு இல்லை. இவை வாசகனுக்கு எழுத்தாளனின் வளர்ச்சி நிலைகளைப் புரிந்துகொள்ள உதவும். ஆய்வாளனுக்கு எழுத்தைப் பற்றிய தரவாக அமையும். ஒரு கதை வெளியான இதழையும் காலத்தையும் அறிந்துகொள்வதன் மூலம் அந்தக் குறிப்பிட்ட காலப்பகுதியின் இலக்கியப் போக்கையும் இதழியல் நடைமுறைகளையும் ஊகிக்க முடியும். இன்று கிடைக்கும் தி. ஜானகிராமன் கதைத் தொகுப்புகளில் 'சக்தி வைத்தியம்' தொகுப்பில் மட்டுமே சிறுகதைகள் வெளியான இதழ், காலம் ஆகிய குறிப்புகள் கொடுக்கப்பட்டுள்ளன. அதே பதிப்பகம் பின்னர் வெளியிட்ட முழுப் படைப்புகள் தொகுதிகளில் இந்தக் குறிப்புகள் சேர்க்கப்பட்டுள்ளன.

ஒரு வாசகனாக, எனது விருப்பத்துக்கும் மரியாதைக்கும் உரிய எழுத்தாளரின் கதைகளை எப்படிப் பார்க்கவும் வாசிக்கவும் விரும்புகிறேனோ அந்த உருவத்திலும் உள்ளடக்கத்திலும் இந்தத் தொகுப்பை அமைக்க முயன்றிருக்கிறேன். அதில் அடைந்திருக்கும் வெற்றி ஓரளவு மட்டுமே.

காலச்சுவடு பதிப்பகம் வெளியிட்டிருக்கும் 'புதுமைப்பித்தன் கதைகள்', 'கு. அழகிரிசாமி சிறுகதைகள்', 'கு.ப.ரா. சிறுகதைகள்' நூல்களை ஆய்வுப் பதிப்புகள் என்று குறிப்பிடலாம். இந்தத் தொகுப்பை நான் ஆர்வப் பதிப்பு என்று குறிப்பிடவே விரும்புகிறேன். முந்தைய நூல்களின் பதிப்பாசிரியர்களுக்கு இருக்கும் கல்விப்புல ஆய்வு நோக்கு எனக்கில்லை என்பது காரணம். ஆனால் அந்தக் குறையை வாசிப்பனுபவத்தின் துணையாலும் படைப்பாளியின் மீதுள்ள காதலாலும் சரி செய்ய முயன்றிருக்கிறேன். அதனாலேயே இதை ஆர்வப் பதிப்பு என்று அழைக்கிறேன்.

தி. ஜானகிராமன் சிறுகதைகளின் வெளியீட்டு வரலாறு ஓரளவுக்குச் சிக்கலில்லாததுதான். அவர் எழுதிய கதைகளில் பெரும்பான்மையானவை தொகுப்புகளில் இடம்பெற்றிருக்கின்றன. அவரது வாழ்நாளிலேயே வெளியான ஏழு தொகுப்புகளில் இவை இடம்பெற்றிருக்கின்றன. முதல் இரண்டு தொகுப்புகளான 'கொட்டு மேளம்', 'சிவப்பு ரிக் ஷா' ஆகியவற்றின் முதற் பதிப்புகள் *கலைமகள் காரியாலய*த்தால் வெளியிடப்பட்டன. இவை முறையே 1954 , 1956ஆம் ஆண்டுகளில் வெளிவந்தன. நீண்ட காலம் அச்சில் இல்லாமலிருந்த இந்த இரு நூல்களும் வயல் பதிப்பகம் (சென்னை) வாயிலாக ('சிவப்பு ரிக் ஷா', 1980, 'கொட்டு மேளம்', 1989) – வெளிவந்தன. 'எருமைப் பொங்கல்' என்ற தலைப்பில் ஒரு தொகுப்பு அவரது மறைவுக்குப் பின்பு வெளியிடப்பட்டது. இந்தத் தொகுப்பு நீங்கலாகப் பிற எல்லாத் தொகுப்புகளின் முதற் பதிப்புகளையும் மீனாட்சி புத்தக நிலையம், மதுரை வெளியிட்டிருந்தது. பின்னர் வந்த பதிப்புகள் அனைத்தையும் ஐந்திணைப் பதிப்பகம், சென்னை வெளியிட்டுள்ளது.

'எருமைப் பொங்கல்' என்ற தலைப்பில் ஐந்திணைப் பதிப்பகம் வெளியிட்ட தொகுப்பில் முதற் பதிப்பு 1990 என்றும், இரண்டாம் பதிப்பு 1996 என்றும் குறிப்பிடப்பட்டுள்ளது. ஏற்கனவே 'அடி' என்ற தலைப்பில் டிசம்பர் 1985இல் வெளியான நூலில் இந்தக் கதைகள் இடம்பெற்றிருந்தன. *மோனா* மாத இதழில் (செப்டம்பர் 1979) வெளிவந்த 'அடி' குறுநாவலும் 1954 முதல் 79வரையிலுமான காலப் பகுதியில் வெவ்வேறு ஆண்டுகளில் எழுதிய பத்துச் சிறுகதைகளும் சேர்ந்து இந்தத் தலைப்பிலான நூல் தயாரிக்கப்பட்டிருக்கிறது. பின்னர் சிறுகதைகள் மட்டும் அடங்கிய தொகுப்பாக 'எருமைப் பொங்கல்' என்ற தலைப்புடன் 1990இல் புதிய புத்தகமாக வெளியிடப்பட்டிருக்கிறது.

தனித் தொகுப்புகளாக தி. ஜானகிராமன் கதைகளை வெளியிட்ட கலைமகள் காரியாலயம், மீனாட்சி புத்தக நிலையம், ஐந்திணைப் பதிப்பகம் ஆகியவற்றின் பதிப்புகளில் ஓர் ஒற்றுமை காணப்படுகிறது. தொகுதியில் சேர்க்கப்பட்ட கதைகள் எந்த இதழில், எந்த ஆண்டு வெளிவந்தவை என்ற குறிப்பு கொடுக்கப்படவில்லை. அவை கால வரிசைப்படியும் தொகுக்கப்படவில்லை. எடுத்துக்காட்டாக, அவரது முதல் சிறுகதைத் தொகுப்பான 'கொட்டு மேளம்' நூலில் இடம்பெறும் பன்னிரண்டு கதைகளும் 1946க்கும் 1953க்கும் இடையிலான ஆண்டுகளில் எழுதப்பட்டவை. இவை கால வரிசையில் தொகுக்கப்படவில்லை. கதைகளைத் தனிப்பட்ட தேர்வின் மூலம் சேர்த்திருப்பதாகவே தோன்றுகிறது. தன்னைச் சரியாக அடையாளம் காட்ட உதவும் கதைகளாக இருக்க வேண்டும்

என்ற கருத்தில் தி. ஜானகிராமனே தேர்ந்தெடுத்திருக்கலாம் என்று யூகிப்பது எளிது. இந்தக் கதைகளில் காலத்தால் முந்தையது, 1946ஆம் ஆண்டு *கலாமோஹினி* இதழில் வெளியான 'பசி ஆறிற்று' என்ற கதை. தி. ஜானகிராமன் கதைகளின் முன் மாதிரிகளில் ஒன்று இது என்பதை வாசிக்கும்போது உணரலாம். ஆனால் இதற்கு முன்பேயும் தி. ஜானகிராமன் கதைகள் இதழ்களில் வெளியாகியிருக்கின்றன. அவை 'கைப்பாகம் கூடாத' கதைகள் என்று முதல் தொகுப்பில் தவிர்க்கப்பட்டிருக்கலாம்.

1937, டிசம்பர் *ஆனந்த விகடன்* இதழில் வெளிவந்த 'மன்னித்து விடு' என்ற சிறுகதையையே தி. ஜானகிராமனின் அச்சில் வந்த முதல் கதையாகக் கருத வேண்டும். பள்ளிப் பருவத்திலேயே இலக்கிய ஆர்வம் கொண்டிருந்த அவர் கல்லூரிப் படிப்பின் போது எழுத்து முயற்சிகளில் ஈடுபட்டிருக்கிறார். கல்லூரிக் காலத்தில் கு.ப. ராஜகோபாலனுடன் ஏற்பட்ட நெருக்கம் அதை வளர்த்திருக்கிறது. '1936ஆம் ஆண்டு தி. ஜானகிராமன் கும்பகோணம் கல்லூரி மாணவன். அப்போதே இலக்கியப் பைத்தியம் பிடித்துவிட்டிருந்தவன். மணிக்கொடி பரம்பரையின் இலக்கியச் சிறப்பை அறிவுறுத்தி என் மனத்தில் புதுமை வாடை வீச வைத்தான்' என்று அவரது நண்பரும் சக எழுத்தாளருமான கரிச்சான்குஞ்சு *வைகை* செப்டம்பர் 1979 இதழில் கு.ப.ரா. பற்றி எழுதிய கட்டுரையில் குறிப்பிடுகிறார். இந்தக் கூற்றை ஆதாரமாகக் கொண்டு கல்லூரி மாணவனாக இருந்தபோதே அவரது கதைகள் பத்திரிகைகளில் வெளிவர ஆரம்பித்தன என்று தீர்மானிப்பது பொருந்தக் கூடியதுதான். கரிச்சான் குஞ்சுவை அவரது கும்பகோணம் டபீர் தெரு இல்லத்தில் 1983ஆம் ஆண்டு சந்தித்தேன். ஒரு பகல்முழுவதும் நீண்ட உரையாடலின் இடையே ஜானகிராமனைப் பற்றிய நினைவுகூரலில் 'அவன் எனக்கு முன்பே கதை எழுதி அது பத்திரிகையில் வெளிவந்துவிட்டது' என்று குறிப்பிட்டது ஞாபகத்தில் பதிந்திருக்கிறது. இந்த ஞாபகமும் முதற் கதை பற்றிய தீர்மானத்துக்கு அழுத்தம் சேர்த்தது. அதை எழுதியபோது அவருக்கு வயது பதினாறுதான் என்பது லேசான வியப்பையும் அளிக்கிறது.

'கொட்டு மேளம்' தொகுப்பில் பன்னிரண்டு கதைகள் இருக்கின்றன. அவை யாவும் 1946ஆம் ஆண்டிலும் அதற்குப் பின்பும் எழுதப்பட்டவை. அதற்கு முன் எழுதி இதழ்களில் வெளியான ஏழு கதைகள் உள்ளன. அவை: 'மன்னித்து விடு' (*ஆனந்த விகடன்*, டிசம்பர் 1937), 'ஈசுவரத் தியானம்' (*ஆனந்த விகடன்*, மே 1938), 'கமலியின் குழந்தை' (*ஆனந்த விகடன்*, ஜூலை 1944), 'ராஜ திருஷ்டி' (*ஆனந்த விகடன்*, அக்டோபர் 1944), 'மணச் சட்டை' (*கலைமகள்*, செப்டம்பர் 1945), 'காத்திருந்தவள்' (*சிவாஜி*, அக்டோபர், 1946),

'ஆண்டவன் நினைத்தது' (ஆனந்த விகடன், டிசம்பர் 1946). இந்த ஏழு கதைகளும் தி.ஜானகிராமன் வாழ்ந்த காலத்தில் வெளியான தொகுப்புகளிலோ அவரது மறைவுக்குப் பின்பு வந்த தொகுப்பிலோ சேர்க்கப்படவில்லை. ஐந்திணை பதிப்பகம் இரு தொகுதிகளாக வெளியிட்டிருக்கும் தி.ஜானகிராமன் படைப்புகள் புத்தகங்களிலும் இவை இல்லை. ஏழு கதைகளில் ஐந்து இந்தத் தொகுப்பில் சேர்க்கப்பட்டிருக்கின்றன. 'ஈசுவரத் தியானம்' என்ற கதை ஆனந்த விகடன் 1938 மே இதழில் வெளியானதாக விவரம் கிடைத்தது. எனினும் கதை கிடைக்கவில்லை. ஆனந்த விகடன் நூலக ஆவணப் பட்டியலில் கதையின் தலைப்பும் வெளியான இதழ் பற்றிய தகவலும் இருந்தன. ஆனால், குறிப்பிட்ட இதழில் கதை இடம்பெறவில்லை. அதேபோன்று 'காத்திருந்தவள்' கதையையும் காண முடியவில்லை.

ஓர் எழுத்தாளனின் ஆரம்ப நிலைப் படைப்புகளுக்குரிய பக்குவமின்மை இந்தக் கதைகளில் தெளிவாகவே புலப்படுகிறது. ஜானகிராமனின் பிற்காலக் கதைகளில் தென்படும் நுட்பமும் மொழிக் கச்சிதமும் இவற்றில் இல்லை. தொகுதிகளில் சேர்க்கப் படாமைக்கு இவை காரணமாக இருக்கலாம். ஆனால் ஜானகிராமன் கதைகளின் தனிக் குணங்களாகக் கருதப்படும் சில அம்சங்களின் தொடக்க அடையாளங்கள் சரளமான கதையோட்டம், பாத்திரங்களின் சாதுரியமான உரையாடல் போன்றவை – இவற்றில் காணப்படுகின்றன. ஒரு படைப்பாளியின் வருகையை அறிவிக்கும் எல்லா அறிகுறிகளும் இருக்கின்றன. அந்த எண்ணத்திலேயே இந்தக் கதைகளைத் தொகுப்பில் உட்படுத்தி யிருக்கிறேன்.

தி.ஜானகிராமனின் மொத்தக் கதைகளையும் ஒரு சேரத் தொகுக்கும் பணியில் கிடைத்த விவரங்களின் அடிப்படையில் சில முடிவுகளுக்கு வந்து சேருவது இயல்பாக இருந்தது.

1937 இல் எழுதிய 'மன்னித்து விடு' என்ற கதையை அவரது அச்சில் வெளிவந்த முதல் கதையாக எடுத்துக்கொள்ளலாம். 1980 ஆம் ஆண்டு மூன்று சிறுகதைகளை எழுதியிருக்கிறார். 'ஆயா' என்ற கதை *அமுதசுரபி* மாத இதழிலும் 'கிழவரைப் பற்றி ஒரு கனவு' *தினமணி கதிரிலும்* வெளிவந்திருக்கின்றன. மூன்றாவது கதை, 'சுளிப்பு' *அமுதசுரபி* தீபாவளி மலரில் வெளிவந்தது. 1980ஆம் ஆண்டு தீபாவளி நவம்பர் மாதத்தில் வந்திருக்கிறது. இந்தத் தகவல்களை வைத்துப் பார்க்கும்போது அக்டோபர் மாதத்திலேயே இந்த மூன்று கதைகளும் பத்திரிகைகளுக்கு அளிக்கப்பட்டிருக்க வேண்டும். இவற்றில் ஒன்றைத்தான் அச்சில் வந்த அவரது கடைசிக் கதையாகக் கொள்ள வேண்டும்.

தீவிர இதழ்களுக்கும் வெகுஜன இதழ்களுக்கும் இணக்கமான எழுத்தாளராகவே தி. ஜானகிராமன் இருந்திருக்கிறார். அவரது முதல் கதையே அன்று வெகுஜனப் பிரபலம் மிகுந்த ஆனந்த விகடனில்தான் வெளியானது. அதே இதழில் தொடர்ந்தும் எழுதியிருக்கிறார். கலைமகள் இதழும் அவரைத் தனது செல்ல எழுத்தாளராகக் கருதியிருக்கிறது. மாத இதழிலும் தீபாவளி மலர்களிலுமாக தி.ஜானகிராமனின் இருபத்தைந்து கதைகள் வெளிவந்திருக்கின்றன. நண்பரும் இலக்கிய சகாவுமான எம்.வி. வெங்கட்ராம் நடத்திய *தேனீ* இதழில் தொடர்ந்து ஒவ்வொரு மாதமும் அவரது கதைகள் வெளியாகி இருக்கின்றன. தன்னைக் கவர்ந்த இலக்கிய இதழ் என்று கரிச்சான் குஞ்சுவுக்கு அறிமுகப்படுத்திப்பரிந்துரைத்த *மணிக்கொடியில்* ஜானகிராமனின் இரண்டு கதைகளே வெளிவந்திருக்கின்றன. அவரது சிறந்த கதைகளின் வரிசையில் இடம்பெறும் 'நானும் எம்டனும்', 'துணை' ஆகியவை 1950களில் மீண்டும் தொடங்கப்பட்ட மணிக்கொடி இதழில் வெளிவந்தன. 'இரண்டாவது முறையாக மணிக்கொடியைத் தொடங்கி நடத்தியதில் என் சாதனை தி. ஜானகிராமன் எழுதிய கதைகளை வெளியிட்டதுதான்' என்ற பி.எஸ். ராமையாவின் 'தற்புகழ்ச்சி' பொய்யானது அல்ல. அதற்கு இந்த இரு கதைகளும் சான்று.

1950 முதல் எழுபதுகள் முடிய மூன்று பதிற்றாண்டுகளில் எல்லா பத்திரிகைகளும் விரும்பும் எழுத்தாளராக தி.ஜானகிராமன் செல்வாக்குப் பெற்றிருந்திருப்பதைத் தகவல்கள் உறுதிப்படுத்து கின்றன. ஏறத்தாழ நட்சத்திர மதிப்பை அடைந்திருந்தார். மேற்சொன்ன காலப் பகுதியில் வெளியான எல்லாப் பத்திரிகை களின் தீபாவளி மலர்களிலும் அவரது கதைகள் தவறாமல் இடம்பெற்றிருக்கின்றன. 'முள்முடி', 'கடைசி மணி', 'கோதாவரிக் குண்டு' போன்ற சிறந்த கதைகள் தீபாவளி மலர்களிலேயே வெளியாகி இருக்கின்றன. அவை பொருளாதார ரீதியிலும் உதவி யிருக்கின்றன என்பதை மகள் உமா சங்கரி சுட்டிக்காட்டுகிறார். அப்பா தீபாவளி மலர்களுக்கு நாலு கதைகள் எழுதி தீபாவளிக்கு இரண்டு நாள் முன்பு வரும் ஊதியத்தில் எங்களுக்கு உடைகள் பட்டாசுகள் வாங்கப் போவார். அம்மாவுக்கு நூல் புடவை, எங்களுக்குக் கதர் உடுப்புகள், அவருக்கு கதர் வேஷ்டி, ஜிப்பா; இவற்றோடு பாட்டு வாத்தியார், குடும்ப வைத்தியர், நண்பர், வேலைக்காரி எல்லோருக்கும் கதர் / நூல் உடைகள். பட்டாசுக்கு மாத்திரம் குறைச்சலே கிடையாது' (*சொல்வனம்* இணைய இதழ் 24.05.2011).

ஆனந்த விகடன், கலைமகள், கல்கி, சுதேசமித்திரன், தினமணி கதிர், அமுதசுரபி போன்ற வெகுஜனப் பத்திரிகைகளில் மட்டுமல்ல

சிற்றிலக்கிய ஏடுகளான *மணிக்கொடி*, *கலாநிலையம்*, *தேனீ*, *காதம்பரி*, *தீபம்*, *கணையாழி*, *பொன்னி*, *சிவாஜி* ஆகியவற்றிலும் தி. ஜானகிராமன் கதைகள் வெளிவந்திருக்கின்றன. அந்தக் காலத்தில் அநாச்சார இதழாகக் கருதப்பட்ட *காதல்*, அதிகம் அறிமுகமில்லாத *விந்தியா* பத்திரிகைகளிலும் கதைகள் வெளிவந்துள்ளன. அவர் பணியாற்றிய வானொலியில் வாசித்த கதை ஒன்றும் உள்ளது. இவ்வளவு அதிக எண்ணிக்கையிலான இதழ்களில் கதைகள் வெளிவந்திருப்பினும் அவற்றில் பெரும்பான்மை வெகுஜன இதழ்களாக இருப்பினும் இன்று அந்த இதழ்களைத் தேடிக் கதைகளைக் கண்டுபிடிப்பது சிரமமானதாகவே இருந்தது. தனது கதைகள் வெளிவந்த இதழ்களையோ, அவற்றின் வெளியீட்டு விவரங்களைப் பற்றிய குறிப்புகளையோ பத்திரப்படுத்தும் பழக்கமில்லாதவர் தி. ஜானகிராமன் என்று பலரும் குறிப்பிட்டிருக்கிறார்கள். அவருடனான நேர்ச் சந்திப்பில் இதை நானும் அறிந்திருக்கிறேன். தனது படைப்புகளைப் பற்றிப் பேசுவதை அவர் விரும்பியதில்லை; அப்படியான உரையாடலை ஊக்குவித்தது மில்லை என்பது நேர் அனுபவம். கதைகள் பெரும்பாலும் எழுதப்பட்ட வடிவத்திலேயே பத்திரிகைகளுக்குக் கொடுக்கப்பட்டிருக்கின்றன. அவற்றுக்குப் பெரும்பாலும் நகல்கள் இல்லை. இந்த நிலையில் பத்திரிகை அலுவலகங்களின் ஆவணக் காப்பகங் களையே நம்ப வேண்டியிருந்தது. அவற்றிலிருந்தும் நூலகச் சேகரிப்புகளிலிருந்துமே தொகுப்புக்கான கதைகளில் சிலவும் விவரங்களும் திரட்டப்பட்டன. தி. ஜானகிராமன் மறைந்து முப்பத்துச் சொச்சம் வருடங்களே ஆகின்றன. இலக்கிய வரலாற்றைப் பொறுத்தவரை இது நீண்ட காலமும் அல்ல. எனினும் கதைகளையும் விவரங்களையும் சேகரிப்பது புராதன காலத்து ஏட்டுச் சுவடிகளைத் தேடுவது போன்ற இடர்ப்பாட்டையே அளித்தது. இந்த இடர்ப்பாடே தொகுப்பின் முறையியலுக்கும் வழிகோலியது.

காலச்சுவடு பதிப்பகம் வெளியிட்டுள்ள முழுத் தொகுப்புகள் அனைத்தும் கால அடிப்படையிலேயே கதைகளை வரிசைப்படுத்தி உருவாக்கப்பட்டவை. ஓர் எழுத்தாளரின் முதல் கதைமுதல் அவர் கடைசியாக எழுதியது வரையிலான எல்லாக் கதைகளும் அவை இதழ்களில் வெளிவந்த கால வரிசையிலேயே அமைந்திருக்கின்றன. படைப்பாளியின் வளர்ச்சியைப் புரிந்துகொள்ள இந்த வைப்பு முறையே பொருத்தமானது. காலத்துடன் அவன் கொள்ளும் உறவை விளங்கிக்கொள்ள இந்த முறை துணை புரிகிறது. அவனுடைய படைப்புலகம் எதிர்கொண்ட மாற்றங்களை அறிந்துகொள்ள உதவுவது. இவற்றை அறிந்திருக்கிறேன் எனினும் தி. ஜானகிராமன் சிறுகதைகள் முழுத் தொகுப்பில் இந்த முறையியலை மேற்கொள்ளவில்லை. உதாரணமாக,

புதுமைப்பித்தன் கதைகளில் தென்படும் கால வளர்ச்சி, அதனுடன் ஒவ்வொரு கட்டத்திலும் நிகழ்ந்த பார்வை மாற்றம், நடை வேறுபாடு ஆகியவை தி. ஜானகிராமன் கதைகளில் பெருமளவுக்கு இல்லை. முதல் கதையான 'மன்னித்து விடு'வில் ஓர் ஆரம்பக் கட்ட எழுத்தின் குறைகள் உள்ளன. ஆனால் கதைப்போக்கு, பாத்திரங்களின் உரையாடல், கதையின் வடிவம் ஆகியவற்றில் பிற்காலக் கதைகளின் முன் மாதிரியாகவே அமைந்துள்ளது. ஒரு செவ்வியல் பூரிதநிலை கொண்டவை அவரது கதைகள். அவை காலத்தின் போக்குக்கு ஏற்ப மாற்றம் அடையவில்லை என்றே சொல்லலாம். கால, இட மாறுதல்கள் உள்ளடக்கத்தில் நுட்பமான மாற்றங்களை நிகழ்த்தியிருந்தாலும் அவரது கதைக் கலையின் செவ்வியல் நிலைக்கு வெளிப்படையான மாற்றம் ஏற்பட்டிருக்கவில்லை. தி. ஜானகிராமனின் மேதைமையாகவே இதைக் காண விரும்புகிறேன். இந்த அடிப்படையிலேயே காலவரிசைப்படி கதைகளைத் தொகுப்பதைவிடவும் வெளிவந்த தொகுப்புகளில் கடைபிடிக்கப்பட்ட அதே முறையில் அமைப்பது என்ற தீர்மானத்தை மேற்கொண்டேன்.

தி.ஜானகிராமன் வாழ்ந்த காலத்திலேயே அவரது முக்கியமான கதைகள் தொகுக்கப்பட்டு நூல்களாக வெளிவந்துவிட்டன. அவருடைய மொத்தச் சிறுகதைத் தொகுப்புகளின் எண்ணிக்கை எட்டு. இவற்றில் ஏழு தொகுப்புகள் – 'கொட்டு மேளம்' (1954), 'சிவப்பு ரிக்ஷா' (1956), 'அக்பர் சாஸ்திரி' (1963), 'யாதும் ஊரே' (1967), 'பிடி கருணை' (1974), 'சக்தி வைத்தியம்' (1978), 'மனிதாபிமானம்' (1981) அவர் காலத்திலேயே வெளிவந்தவை. இவற்றுக்கான கதைத் தேர்வு அவரால் செய்யப்பட்டிருக்கிறது என்று நம்புவது தவறல்ல. எந்தக் கதைகளை வாசகப் பார்வைக்குக் கொண்டுசெல்வது என்பது படைப்பாளியின் சுதந்திரம். தனது படைப்பாளுமையைச் சரியாகப் பிரதிநிதித்துவப்படுத்தும் கதைகளை முன்வைப்பதும் படைப்பாளியின் விருப்பம். இந்த நோக்கில்தான் அவரது கதைத் தொகுப்புகள் அமைந்திருக்கின்றன என்று உறுதியாக நம்புகிறேன். படைப்பாளியின் சுதந்திரத்தையும் விருப்பத்தையும் மதிக்க வேண்டும் என்ற எண்ணத்தைச் சார்ந்தே தொகுப்புகளின் அடிப்படையில் இந்த வரிசையைப் பின் பற்றியிருக்கிறேன். தி. ஜானகிராமன் மறைவுக்குப் பிறகு வெளியான ஒரே தொகுப்பு 'எருமைப் பொங்கல்' மட்டுமே.

தி. ஜானகிராமன் எழுதிய கதைகளின் மொத்த எண்ணிக்கையை நிர்ணயிப்பதும் எளிதாக இருக்கவில்லை. அச்சில் வந்து தொகுப்பு களில் சேர்க்கப்படாத பல கதைகள் உடனடியாகக் கிடைக்க வில்லை. ஆனால் அவை அச்சில் வெளிவந்திருக்கும் தகவல்கள்

கிடைத்தன. எனினும் மொத்தக் கதைகளின் எண்ணிக்கையைத் தீர்மானிப்பது குழப்பத்தையே கொடுத்தது. இந்த நிலையில் அண்ணாமலைப் பல்கலைக்கழக வெளியீடாக 1995ஆம் ஆண்டு வெளியிடப்பட்ட டாக்டர் பழ. முத்து வீரப்பனின் 'தி. ஜானகிராமன் சிறுகதைகள் ஒரு திறனாய்வு' என்ற நூலும் சாகித்திய அக்காதெமியின் 'இந்திய இலக்கியச் சிற்பிகள்' வரிசையில் வெளியிடப்பட்ட மு.அ. முகம்மது உசேனின் 'தி. ஜானகிராமன்' என்ற நூலும் பார்வைக்கு வந்தன. இருவரும் முறையே தி. ஜானகிராமன் சிறுகதைகளிலும் நாவல்களிலும் ஆய்வை மேற்கொண்டவர்கள். டாக்டர் முத்து வீரப்பனின் ஆய்வு நூலே எண்ணிக்கைச் சிக்கலைப் பெருமளவுக்குத் தீர்த்துக்கொள்ள உதவியது. அந்த நூலில் பின்னிணைப்பாக 'சிறுகதைகளும் வெளிவந்த இதழ்களும்' என்ற தலைப்பில் கொடுத்திருக்கும் அட்டவணை இரு வகையில் துணையாக இருந்தது. இதழ்களை வைத்துக் கதைகளைத் தேடவும், எண்ணிக்கையைச் சரிபார்க்கவும் துணை புரிந்தது.

டாக்டர் முத்து வீரப்பன் நூலில் மொத்தம் 120 கதைகள் வெளியீட்டு விவரங்களுடன் பட்டியலிடப்பட்டுள்ளன. நூல் வெளியான ஆண்டான 1995இல் 'எருமைப் பொங்கல்' தொகுப்பு வெளிவந்திருக்கவில்லை. எனவே அதில் இடம்பெற்றிருக்கும் 10 கதைகள், தொகுப்பில் இடம்பெறவில்லை என்று குறிப்பிடப் பட்டிருக்கிறது. ஆனால் முத்து வீரப்பனின் நூல் வெளிவந்து பத்து ஆண்டுகளுக்குப் பின்னர், 2005இல் வெளிவந்த முகம்மது உசேனின் நூலில், பக்கம் 19இல், 'ஏழு சிறுகதைத் தொகுதிகளில் 85 கதைகள் எழுதியுள்ள இவரது (ஜானகிராமனது) படைப்புகளை நூல் வடிவில் வராத கதைகளையும் தேடிப் பிடித்து 120 சிறுகதைகளைத் திரட்டி ஆய்வு செய்துள்ளார் பழ வீரப்பன்' என்று குறிப்பிடப்பட்டிருப்பது எண்ணிக்கை நிர்ணயிப்பைத் தடுமாறச் செய்தது. பழ. முத்து வீரப்பன் தனது டாக்டர் பட்ட ஆய்வுக்காக தி. ஜானகிராமனின் கதைகளை எடுத்துக்கொண்டிருக்கிறார். ஆய்வையொட்டி தி.ஜானகிராமனுடன் கடிதத் தொடர்பும் கொண்டிருந்திருக்கிறார். அதன் மூலம் பல தகவல்களைப் பெற்றிருக்கிறார். எனவே அவரது நூலையே நம்பகமான தரவாக எடுத்துக்கொண்டேன். அவரது பட்டியலை வழிகாட்டும் படமாக வைத்துக்கொண்டு தி. ஜானகிராமனின் தொகுக்கப்படாத கதைகளைத் தேடத் தொடங்கினேன். தொகுப்பில் வெளிவந்திருக்கும் கதைகள் 85. 'சக்தி வைத்தியம்' தொகுப்பில் சேர்க்கப்பட்டிருக்கும் 'வீடு' என்ற கதை குறுநாவலாக எழுதப்பட்டது. அதை நீக்கினால் தொகுப்புகளில் இடம்பெற்றிருப்பவை 84 கதைகள். தொகுப்பில் இடம்பெறாதவை என்று ஆய்வாளர் பட்டியலில் குறிப்பிடப்பட்டவை 35. இவற்றில் 10 கதைகள் 'எருமைப் பொங்கல்' தொகுப்பில் சேர்க்கப்பட்டுள்ளன.

மீதி 25 கதைகள். இவற்றில் 5 கதைகள் ('பிரயாணக் கதை', *அமுதசுரபி / அக்டோபர் 1979*, 'அதிர்ஷ்டம்', *கலைமகள் / செப்டம்பர் 1949*, 'வேறு வழியில்லை', *கலைமகள் / மே 1951*, 'குளிர் ஜுரம்', *கலைமகள் / ஏப்ரல் 1952*, 'தற்செயல்', *குமுதம் 6.8.1970*) ஐந்திணைப் பதிப்பகம் வெளியிட்டுள்ள தி. ஜானகிராமன் படைப்புகள் தொகுதி – 2இல் சேர்க்கப்பட்டுள்ளன. ஆக மீதமிருப்பவை 20 கதைகள். இந்த 20 கதைகளை மீட்டெடுப்பதே முதற் பணியானது. சென்னை ரோஜா முத்தையா ஆராய்ச்சி நூலகம், கல்கி, ஆனந்த விகடன் நூலகங்கள் வாயிலாகவும், கணையாழி அலுவலகச் சேகரிப்பிலிருந்தும் கதைகள் கிடைக்கப்பெற்றன. அவ்வாறு தேடிக் கண்டுபிடித்த கதைகள் மொத்தம் 8. பழ. முத்து வீரப்பனின் பட்டியலில் இரு கதைகள் விடுபட்டுள்ளன. அவை; 'பாப்பாவுக்குப் பரிசு', 'தற்செயல்' (*குமுதம் 1970*). இவற்றைக் கூட்டினால் தி. ஜானகிராமனின் மொத்தச் சிறுகதைகளின் எண்ணிக்கை 122 ஆகிறது.

இந்த முழுத் தொகுப்பில் சேர்க்கப்பட்டுள்ள கதைகளின் எண்ணிக்கை பின்வருமாறு அமைகிறது.

தி. ஜானகிராமனின் எட்டுத் தொகுப்புகளில் இடம்பெற்றுள்ள கதைகளின் மொத்த எண்ணிக்கை 94. ஐந்திணை பதிப்பக வெளியீடான தி. ஜானகிராமன் படைப்புகள்: தொகுதி – 2இல் உள்ளவை 5. இந்தத் தொகுப்பில் முதன் முறையாக இடம்பெறும் கதைகள் 8. *காலச்சுவடு* வெளியீடான 'தி. ஜானகிராமன் சிறுகதைகள்' முழுத் தொகுப்பில் ஆக மொத்தம் 107 கதைகள் உள்ளன. இனி கண்டுபிடிக்கப்பட வேண்டிய கதைகள் 15. விடுபட்ட கதைகளைத் தேடி அடுத்த பதிப்பில் சேர்க்க முடியும் என்ற தெம்பை தற்போதைய தொகுப்புப் பணி அனுபவம் அளிக்கிறது. வாசகர்களும் ஆய்வாளர்களும் தற்போதைய முழுத் தொகுப்பை முழு முற்றான தொகுப்பாக உருவாக்க உதவுமாறு கோருகிறேன். சிறுகதைகளின் எண்ணிக்கையில் குளறுபடிகள் இருந்ததுபோலவே வெளியீட்டுத் தகவல்களிலும் போதாமைகள் இருக்கின்றன. சில கதைகளுக்கு வெளியான இதழ்கள் பற்றிய விவரங்களும் சில கதைகளுக்கு வெளிவந்த காலம் குறித்த தகவல்களும் மட்டுமே கிடைத்திருக்கின்றன. அவை பற்றிய விவரங்கள் பின்னிணைப்பில் கொடுக்கப்பட்டுள்ளன. அவற்றைத் துல்லியமாக்கவும் வாசகர்களின் ஆதரவை நாடுகிறேன்.

அநேகமாக எழுதப்பட்ட சுருக்கிலும் எழுதப்பட்ட வடிவிலுமே தி. ஜானகிராமன் சிறுகதைகள் இதழ்களில் அச்சேற்றப்பட்டிருக்கின்றன. கைப்பிரதிக்கும் அச்சுப் பிரதிக்கும் சிறிதும் வேறுபாடு

இல்லை என்றே சொல்லலாம். கதையை ஒரே மூச்சில் எழுதி விடுவது அவரது பழக்கம். அதை அப்படியே பிரசவக் கவிச்சை மாறாமல் பத்திரிகைகளுக்கு அனுப்புவதும் அவரது இயல்பு. வெளிவந்த பின்னர் மேலதிகத் திருத்தங்கள் எதையும் அவர் செய்ததில்லை என்பதை இந்தத் தொகுப்புப் பணியில் கண்டடைய முடிந்தது. தொகுப்புகளில் இடம்பெற்றிருக்கும் கதைகள் சிலவற்றின் அச்சுப் பிரதிகளை ஒப்பிட்டுப் பார்த்ததில் இதை உறுதிப்படுத்த முடிகிறது. விதி விலக்காக ஒரு கதையில் மட்டுமே மாற்றம் செய்யப் பட்டிருக்கிறது. *தேனீ* இதழில் வெளிவந்த 'ரத்தப் பூ' என்ற கதை தொகுப்பில் சேர்க்கப்பட்டபோது 'சண்பகப் பூ' என்று தலைப்பு மாற்றப்பட்டுள்ளது. இந்த ஒத்திசைவைச் செவ்வியல் குணம் என்றும், ஜானகிராமனின் படைப்பு மேதைமையின் உள்ளார்ந்த இயல்பு என்றும் எண்ணுகிறேன்.

முன்பே குறிப்பிட்டதுபோல இது ஆய்வுப் பதிப்பல்ல, ஆர்வப் பதிப்பு. ஏனெனில் நான் ஆய்வாளன் அல்லன். இந்தத் தொகுப்பில் பின்னிணைப்பாகச் சேர்க்கப்பட்டுள்ள 'சிறுகதை எழுதுவது எப்படி?' என்ற தி. ஜானகிராமனின் கட்டுரையின் வாசகம் நினைவுக்கு வருகிறது. 'நான் சிறுகதை ஆசிரியனும் இல்லை. சிறுகதை வாத்தியாரும் இல்லை. சிறுகதை எழுது என்று யாராவது என்னைக் கேட்டால் எனக்கு வயிற்றில் புளியைக் கரைக்கத் தொடங்கிவிடும்'. அதுபோலத்தான் நானும். ஆய்வாளனும் இல்லை; அதற்குத் தகவமைத்துக்கொள்ளும் முனைப்பும் இல்லை. ஆய்வு, திறனாய்வு என்று சொல்லக் கேட்டால் எனக்கும் மனக்கலவரம் மூண்டுவிடுகிறது. எனினும் இந்தத் தொகுப்புப் பணியில் ஈடுபடுத்திக்கொண்டேன். ஒரு வாசகனாக தி.ஜா.வின் படைப்புகள்மீது எனக்கிருக்கும் வாஞ்சையே அதற்குக் காரணம். வாசகர்களும் ஆய்வாளர்களும் நண்பர்களுமாகப் பலர் இந்த ஈடுபாட்டைப் பகிர்ந்துகொண்டிருக்கிறார்கள். சிறிதும் பெரிதுமாக அவர்கள் செய்த உதவிகள் இல்லாமல் இந்தப் பணி நிறைவு அடைந்திருக்காது.

காலச்சுவடு நவீனத் தமிழ் கிளாசிக் நாவல் வரிசையில் வெளியான 'அம்மா வந்தாள்', 'மோக முள்' நாவல்களுக்கு எழுதிய முன்னுரைகள் மூலம் தி. ஜானகிராமன் படைப்புகள் மீது நான் கொண்டிருக்கும் மோகத்தைத் துப்பறிந்து வைத்திருக்கும் நண்பர் கண்ணன் தி. ஜானகிராமன் சிறுகதைகள் மொத்தத் தொகுப்பின் பணியை என்னிடம் ஒப்படைத்தார்.

நவீன இலக்கியப் பதிப்புகளுக்கான முறையியலை அறிமுகப் படுத்திய நண்பர் ஆ.இரா. வேங்கடாசலபதி இந்தப் பதிப்புப்

பணியில் ஆலோசனைகளை வழங்கினார். அவரது முறையியலின் சில கூறுகளை இந்தப் பணியில் கடைப்பிடித்திருக்கிறேன். முழுத் தொகுப்பைக் காலவரிசைப்படி அமைக்க வேண்டிய கட்டாயம் இல்லை; தனித் தொகுப்புகளின் வரிசையிலேயே நிரல்படுத்தலாம் என்று சலபதி வழங்கிய ஆலோசனையே தொகுப்பு வேலையை விரைந்து முடிக்கத் தூண்டுதலாக இருந்தது. *கலைமகளில்* வெளியான தி. ஜானகிராமன் கதைகளின் பட்டியலை அளித்ததும் அவரே. அதுவே கதைத் தேடலின் தொடக்கம். நண்பர் பழ. அதியமான் *சுதேசமித்திரன், சிவாஜி, தேனீ* இதழ்களில் வெளியான கதைகள் தொடர்பான தகவல்களை வழங்கினார்.

தொகுப்பில் இடம்பெறும் கதைகளை அவை வெளிவந்த நூல்களின் முதற் பதிப்புடன் ஒப்பிட்டுப் பார்க்க வேண்டும் என்று தீர்மானித்திருந்தோம். ஆனால் தீர்மானத்தை எளிதில் செயல்படுத்த முடியவில்லை. பெரும்பாலான தனித் தொகுப்புகளின் முதற் பதிப்புகள் கிடைக்கவில்லை. *காலச்சுவடு* இதழிலும் முகப்புத்தகத்திலும் தொகுப்புகளின் முதற் பதிப்புகளை அனுப்பி உதவுமாறு வாசகர்களுக்கு வேண்டுகோள் விடுத்திருந்தோம். வாசக நண்பர்கள் பலர் முன்வந்து உதவினார்கள். சீனி மோகன் 'மனிதாபிமானம்' முதல் தொகுப்பையும் 'சக்தி வைத்தியம்', 'எருமைப் பொங்கல்','அபூர்வ மனிதர்கள்' ஆகிய தொகுப்புகளையும் அனுப்பிக் கொடுத்தார். சி. தனபால் (தருமபுரி) 'எருமைப் பொங்கல்' முதல் பதிப்பை அனுப்பினார். கேரளப் பல்கலைக்கழக தமிழ்த் துறை ஆய்வு மாணவி ம. அனுஷா, பல்கலைக்கழகக் கல்லூரி தமிழ்த்துறை நூலகத்திலிருந்து 'அக்பர் சாஸ்திரி' முதல் பதிப்பைப் பெற்றுத் தந்தார். கே.என். பாலசுப்பிரமணியன் (கோவை) 'பாப்பாவுக்குப் பரிசு' சிறுகதை வெளிவந்த *விந்தியா* இதழின் நகலை அனுப்பினார் ஆர். மகாலிங்கம் (பெங்களூர்), சு. சாமிநாதன் (கும்பகோணம்), சரவணன் (சென்னை), சுரேஷ் (புதுதில்லி), திருவள்ளுவனார் (திருச்செங்கோடு), செல்வராஜ் ஜெகதீசன் (அபுதாபி) ஆகியோர் பல தொகுப்புகளின் பிரதிகளை அனுப்பினர். மேலும் சிலரும் நூல்களை அனுப்பி உதவினர். ஆனால் முதற் பதிப்பை மட்டுமே கணக்கில் எடுத்துக்கொள்வது என்று முடிவெடுத்திருந்ததால் அவற்றைப் பயன்படுத்தும் வாய்ப்பு அமையவில்லை.

தேடலின் கணிசமான பங்கை நூலகங்கள் நிறைவேற்றின. புதுக்கோட்டை ஞானாலயா நூலகத்திலிருந்து சில முதற் பதிப்புகள் பெறப்பட்டன. கிடைத்தற்கு அரிதாக இருந்த 'கொட்டு மேளம்' முதற்பதிப்பு அங்கிருந்தே கிடைத்தது. 'கலைமகள்' இதழில் வெளியாகி இதுவரையில் எந்தத் தொகுப்பிலும் சேர்க்கப்படாம லிருந்த 'மணச் சட்டை', 'பட்சி சாஸ்திரக் கிளி', 'போர்ஷன் காலி',

'விரல்' ஆகிய கதைகள் ரோஜா முத்தையா ஆய்வு நூலகத்தின் சேகரிப்பிலிருந்து பெறப்பட்டவை. அவை முதல் முறையாகத் தொகுப்பில் இடம் பெறுகின்றன. தேவையான ஆவணங்களைப் பார்வையிட நூலக இயக்குநர் சுந்தர் பேருதவி புரிந்தார். நூலக ஊழியரான மாலா நகலெடுக்க உதவினார். தி. ஜானகிராமனின் ஆரம்பகாலக் கதைகளான 'மன்னித்து விடு', 'கமலியின் குழந்தை', 'ராஜ திருஷ்டி', 'ஆண்டவன் நினைத்தது' ஆகிய நான்கு கதைகளை ஆனந்த விகடன் ஆவண நூலகத்தின் வாயிலாகப் பெற்றேன். எழுத்தாளரும் என் முன்னாள் சக ஊழியருமான தமிழ்மகன் இதற்கு உதவினார். கல்கி இதழிலும் அதன் தீபாவளி மலர்களிலும் வெளியான கதைகள் தொடர்பான விவரங்களைச் சரிபார்க்க கல்கி இதழின் பொறுப்பாசிரியர் ஆர். வெங்கடேஷ் துணைபுரிந்தார். கணையாழியின் பழைய இதழ்களைப் பார்வையிட ஓவியரும் நண்பருமான சீனிவாசன் உறுதுணையாக இருந்தார்.

தொகுப்பின் முறையியல் தொடர்பாக எழுந்த சந்தேகங் களுக்கு நண்பரும் எழுத்தாளருமான பெருமாள்முருகன் நிவாரண மளித்தார். டாக்டர். பழ. முத்து வீரப்பனின் திறனாய்வு நூலைத் தனது நண்பரும் அண்ணாமலை பல்கலைக்கழக தமிழ்த்துறை உதவி பேராசிரியருமான நாகராஜனிடமிருந்து பெற்றுத் தந்தது அரிய உதவி. தொகுப்பு வேலையில் எதிர்கொண்ட இடையூறுகளைக் களைய இந்த நூலே பெருமளவு உதவியது.

இந்தத் தொகுப்புப் பணியில் ஈடுபட்டது முதல் பலருடனும் உரையாடியிருக்கிறேன். சில தகவல்களைச் சரி பார்க்கவும், சில சந்தேகங்களைப் போக்கிக்கொள்ளவும், சில திருத்தங்களை மேற்கொள்ளவும் அவ்வப்போது நடந்த உரையாடல்கள் துணை புரிந்திருக்கின்றன. எழுத்தாள நண்பர்கள் பிரபஞ்சன், திலீப்குமார், ரவி சுப்ரமணியன், திருப்பூர் கிருஷ்ணன் போன்றோருடன் நடத்திய உரையாடல்களிலிருந்து சில தெளிவுகள் புலப்பட்டன.

பணியின் நிமித்தம் சென்னையில் நான் மேற்கொண்ட அலைச்சல்களில் உடன் வந்தவர் நண்பர் கிருஷ்ணபிரபு. ரோஜா முத்தையா நூலகம், கல்கி அலுவலகம், கணையாழி அலுவலகம், கன்னிமரா பொது நூலகம் என்று நான் ஏறிய படிகளில் கூடவே வந்தார். கதைகளைப் படியெடுக்க உதவினார். சில இடங்களுக்கு மீண்டும் சென்று தேவைப்பட்ட தகவல்களையும் ஆவணங்களையும் திரட்டி அனுப்பிக் கொடுத்தார்.

காலச்சுவடு பதிப்பக ஊழியரான ரெத்தினகுமாரி பிரதியைக் கணினியாக்கம் செய்வதோடு நின்றுவிடவில்லை. 'தி. ஜானகிராமன்

சிறுகதைகள் – முழுத் தொகுப்பு' தொடர்பான கடிதப் போக்கு வரவுகளைப் பதிவு செய்தார். வாசகர்களிடமிருந்தும் நூலகங்களிலிருந்தும் கிடைக்கப் பெற்ற புத்தகங்களைப் பாதுகாத்தார்.

பேராசிரியர் பா. மதிவாணன் பிரதியை மெய்ப்புப் பார்த்து உதவினார்.

தி. ஜானகிராமன் வாழ்க்கைக்குறிப்பு சார்ந்து எழுந்த சந்தேகங்களை அவரது மகள் உமாசங்கரி தீர்த்து வைத்தார்.

மேற்சொன்ன இவர்களில், ஒருவரது உதவி இல்லாமல் போயிருந்தாலும் தொகுப்புப் பணி சீராக நடைபெற்றிருக்காது. முழுமை பெற்றிருக்காது. இவர்கள் அனைவருக்கும் மனமார்ந்த நன்றி.

'தி. ஜானகிராமன் சிறுகதைகள் முழுத்தொகுப்பு' பதிப்புரை

11 டிசம்பர் 2014

மோகத்தின் நிழல்

'அம்மா வந்தாள்' ஒன்றைத் தவிர தி. ஜானகிராமன் எழுதிய பிற நாவல்கள் எல்லாமும் பத்திரிகைகளில் தொடராக வெளிவந்தவை. ஆனந்த விகடன் போன்ற வெகுஜன இதழ்களிலும் கணையாழி போன்ற சிறு பத்திரிகைகளிலுமே அவை தொடராக வெளியாகியிருக்கின்றன. பிற்காலத்தில் வெகுஜனப் பிரபலமுள்ள எழுத்தாளர்கள் உருவாக்கிய தொடர் கதை இலக்கணம் எதற்கும் அவரது நாவல்கள் உட்படாதவை. ஒவ்வொரு அத்தியாயத்தின் முடிவிலும் வாசக எதிர்பார்ப்புக்காக ஏற்படுத்திய திடீர் திருப்பங்களோ சுவாரசியச் சிக்கல்களோ இல்லாமல் எழுதப்பட்டவை. எனவே தான் இந்த நாவல்களைத் தொடர்கதைகள் என்று சொல்லாமல், தொடர்கள் என்று குறிப்பிடுகிறேன்.

தி. ஜானகிராமனின் மாஸ்டர் பீஸான 'மோக முள்'ளும் தொடராக வெளிவந்த நாவல்தான். 1955 – 56 ஆண்டுகளில் *சுதேசமித்திரன்* நாளிதழின் வாரப் பதிப்பில் தொடராக வெளிவந்தது. ஜானகிராமனின் நாவல்களிலேயே அளவில் பெரிய நாவல் இது. மிக அதிகமான பாத்திரங்கள் கொண்ட நாவலும் இதுதான். அவரது நாவல்களில் அதிக அளவு வாசகர் களைப் பெற்றதும் இதுவாகவே இருக்க வேண்டும். இவற்றுக்கெல்லாம் காரணம் அது பத்திரிகைத் தொடராக வெளிவந்ததுதான். ஆணின் விடலை மனப் பாங்குக்கு உகந்ததாக நாவலின் கதைப் போக்கு இருந்ததும் இன்னொரு காரணமாக இருக்கலாம். பதின் வயதில் தைக்கும் முள்ளின் நோவு காலம்

கடந்தும் தீராத மோகமாகவே எஞ்சியிருக்கச் செய்யும் ரசவாதம் அதில் இருக்கிறது.

பதினேழாம் வயதில், கல்லூரிப் பருவத்தில் ‘மோக முள்’ளை முதன்முதலாகப் படித்தேன். கல்லூரி நூலகத்தில் இரண்டு நாட்கள் அடைந்து கிடந்து எண்ணூறு பக்கங்களையும் படித்து முடித்தேன். அந்த வாசிப்பில் அடைந்த பரவசத்தின் புதுக் கருக்கு இன்றும் களிம்பேறாமல் மனதுக்குள் இருக்கிறது. அந்தப் பரவசத்தை ஜானகிராமனின் வார்த்தைகளிலேயே சொல்லலாம். ‘காதல் செய்கிற இன்பம் அதில் இருந்தது. காதல் செய்கிற இன்பம், ஏக்கம், எதிர்பார்ப்பு, ஒன்றிபோதல், வேதனை எல்லாம் அதில் இருந்தன.’ இந்த எல்லா உணர்வுகளும் மையப் பாத்திரமான யமுனாவைச் சார்ந்தே இருந்தன. அது மனதும் உடலும் பெண்ணின் ரகசியத்தை அறிந்துகொள்ளத் தவித்துக்கொண்டிருந்த வயது. அந்தத் தவிப்பைச் சமன் செய்துகொள்ளவும் கற்பனைகளில் வாழவும் ஜானகிராமன் சித்தரித்த யமுனா உதவினாள். மெல்ல மெல்ல அந்தக் கற்பனைப் பாத்திரம் அசலானது என்றும் எங்கோ கண்ணுக்குத் தட்டுப்படும் தொலைவில் நடமாடிக்கொண்டிருக்கிறது என்றும் உயிர் பெற்றுக் கூடவே தொடர்ந்தது. ஆண் பாத்திரமான பாபுவை விட வயதில் மூத்தவள் யமுனா என்பது வெளிப்படையான சலுகையாகத் தெரிந்தது அந்த வயதுக்கு. சம வயதுப் பெண்களுடன் பேசத் தயக்கமும் துணிவின்மையும் கொண்டிருந்த மனதுக்கு பெரிய பெண்ணிடம் சகஜமாகப் பேசலாம் என்ற சுதந்திரத்தைக் கொடுத்தது. அந்த விபரீத சுதந்திரம் பாடத் திட்டத்திலேயே மகா அலுப்பூட்டும் பாடமான வேதியியலைக் கற்பிக்க வந்த தற்காலிகப் பேராசிரியையை யமுனாவாகக் கற்பனைசெய்து ரசிக்கச் செய்தது. அவரை மட்டுமல்ல வேறு பல அக்காள்களையும் யமுனாவாக ஆக்கியது.

பாபுவின் பார்வையில்தான் தி. ஜானகிராமன் யமுனாவைச் சித்தரிக்கிறார். ‘இவளிடம் ஏதோ அசாதாரணமான ஒன்று இருக்கத்தான் இருக்கிறது. அணுக முடியாத தொட முடியாத ஒரு முழுமை. பொலிவு. சந்தனக் கட்டையின் வழவழப்பு, நீண்ட விரல்கள் நீண்ட கைகள் நீண்ட பாதம்’. இது ஆராதனை சார்ந்த மனநிலை. அதையும் மீறிய ஒருத்தியாகவும் யமுனா காட்டப் படுகிறாள். ‘இவளும் ஒரு கணத்தில் ஒளி மங்கிய முக்கால் இருளில் தனிமையின் கை மறையும் அந்தி மங்கலில் அன்பை மட்டும் ஆடையாக அணிந்து மயங்கத்தானே வேண்டும்’ என்ற ஆண் தவிப்பின் இலக்காகக் காணும் மனநிலை. இந்த இரண்டு மனநிலைகளையும் மீறிய ஒருத்தியாக யமுனாவைப் பார்த்ததும் பார்க்கவைத்ததுமே நாவலின் வெற்றி. தன்னை விட இளையவனின் காதலை ஏற்றுக்கொள்கிறாள்; உடலையும்

தருகிறாள். இது மட்டுமே யமுனா என்றால் அவளை மறந்து விடுவது சுலபம். ஆனால் 'இதுக்குத்தானே?' என்ற முகத்தில் அறைகிற கேள்வியையும் கேட்டு அவனை உடலின்பத்தைக் கடந்த அனுபவத்தை நோக்கித் தள்ளி விடுகிறாள்; இசையில் தேர்ச்சி பெற அனுப்பி வைக்கிறாள். இந்த ஆளுமைத் திருப்பமே யமுனாவை மறக்க இயலாத பாத்திரமாக, இன்றும் என்னால் காதலிக்கப்படும் ஜீவனாக மாற்றுகிறது.

ஒவ்வொரு காலகட்டத்திலும் யமுனாவுக்கு ஒவ்வொரு முகத்தையும் தோற்றத்தையும் கற்பனை செய்து வந்திருக்கிறேன். ஆனால் இப்போதும் அவள் மனதுக்குள் முக விவரங்கள் இல்லாத ஒருத்திதான். நாவலைப் புத்தக வடிவில் வாசித்ததால் எனது கற்பனைக்குத் தோதான முகத்தைப் பொருத்திப் பார்த்துக் கொள்ள வேண்டியிருந்தது. இது தொடராக வந்த சமாச்சாரம் ஆச்சே? அப்படியானால் வெளிவந்த காலத்தில் யமுனாவின் தோற்றம் சித்தரிக்கப்பட்டிருக்குமில்லையா? என்று நாவலை முதன் முதலாகப் படித்து முடித்த காலத்தில் ஏக்கம் வந்தது. ஜானகிராமனின் நெருங்கிய நண்பரும் 'மோக முள்' நாவலில் ஒரு பாத்திரமாகவே இடம்பெறுபவருமான எழுத்தாளர் எம்.வி. வெங்கட்ராமிடம் விசாரித்தேன். அப்போது சிறிது காலம் அவர் எங்களூர் கோவையில் இருந்தார். வங்கி ஊழியரான மகனுடன் வசித்துவந்தார். அவரிடம் 'மோக முள்' வெளியான *சுதேசமித்திரன்* இதழைப் பார்க்க முடியுமா என்று கேட்டேன். அவரிடம் ஓரிரு இதழ்கள் மட்டுமே இருந்தன. அதுவும் கும்பகோணத்தில் இருக்கிறது என்று கையை விரித்தார். ஏமாற்றமாக இருந்தது. அதை உணர்ந்துகொண்ட எம்.வி.வி. முடிந்தால் யாரையாவது விட்டு அதைக் கோவைக்குக் கொண்டு வரச் செய்வதாகச் சொன்னார். சொன்னதுபோலச் செய்தார். *சுதேசமித்திரன்* வாரப் பதிப்பில் 'மோக முள்' அத்தியாயங்கள் இடம்பெற்ற இரண்டு இதழ்களைப் பார்க்க முடிந்தது. ஆனால் என் தீயூழ். ஒரு அத்தியாயத்தில் பாபுவும் நண்பன் ராஜமும் ஆற்றங்கரையில் உட்கார்ந்திருக்கும் படம். இன்னொன்றில் ரங்கண்ணாவும் பாபுவும் இசைப்பயிற்சியில் ஈடுபட்டிருக்கும் படம். பார்த்ததும் மனது பொருமியது. ஆனால் மகிழ்ச்சியாகவும் இருந்தது. என் யமுனா எனக்கு மட்டுமான யமுனாவாகவே இருக்கிறாள் என்ற ரகசிய சந்தோஷம்.

ஓவியர்கள் சித்தரிப்பைவிட தி.ஜாவின் வார்த்தைச் சித்தரிப்பே மேலானது. அவரது எல்லாப் பெண்பாத்திரங்களும் அப்பழுக் கில்லாத அழகிகள். அதே சமயம் அகத் துணிவு கொண்டவர்கள். இந்து ('அம்மா வந்தாள்'), பாலி ('மலர் மஞ்சம்'), அனசூயா, செங்கா ('உயிர்த்தேன்'), அம்மணி ('மரப்பசு'), குஞ்சம்மாள் ('செம்பருத்தி')

எல்லாரும் ஒரேபோன்ற உயிர்ப்பும் ஒளியும்கொண்டவர்கள். அதில் இன்னும் திடமானவள், இன்னும் பிரகாசமானவள் யமுனா. மனம் அப்படித்தான் நம்ப விரும்புகிறது; இல்லை, நம்புகிறது.

இந்தப் பாத்திரங்கள் அனைத்தும் ஆண் மைய நோக்கின் வெளிப்பாடுகள்தாம். ஆண் மனம் தன்னை முழுமையாக்கிக் கொள்ள விரும்பும் பால்விழைவின் கற்பனைகள்தாம். ஆனால் ஜானகிராமன் இந்தப் பெண்பாத்திரங்களை ஆணுக்கு இணையாகவே உருவாக்க விரும்பியிருக்கிறார். சமயங்களில் ஆணுக்குச் சமமானவர்களாக; சில சமயம் ஆணை மீறியவர்களாக; இவர்களில் யமுனா மட்டுமே ஆணைத் தன்னைக் கடந்து செல்ல வலிறுத்து கிறவளாக உருவாக்கப்பட்டிருக்கிறாள். அவள் விட்டு விலகாத மோகத்தின் நிழல்; ஆனாலும் தனியள். கதைப் பெண்களில் யமுனாவே என் நாயகியாக மாற அதுதான் காரணமாக இருக்கலாம் என்று தோன்றுகிறது.

அந்திமழை, ஆகஸ்ட் 2015

கண்டறியாதன கண்டோம்

'தி. ஜானகிராமன் சிறுகதைகள் முழுத் தொகுப்'பை 2014 டிசம்பரில் காலச்சுவடு பதிப்பகம் வெளியிட்டது. 107 கதைகள் கொண்டதாகத் தொகுப்பு அமைந்தது. தி. ஜானகிராமன் வாழ்ந்த காலத்திலும் மறைவுக்குப் பின்னரும் வெளியான தனித் தொகுப்புகளில் இடம்பெற்றிருந்த 94 கதைகளுடன் ஐந்திணைப் பதிப்பகம் வெளியிட்ட 'தி. ஜானகிராமன் படைப்புகள்' தொகுதி – 2இல் சேர்க்கப்பட்ட ஐந்து கதைகளும் காலச்சுவடு வெளியிட்ட முழுத்தொகுப்பில் எந்தத் தொகுப்பிலும் சேர்க்கப்படாதவைஎன்றுநான் தேடிக்கண்டெடுத்துப் புதிதாகச் சேர்த்த 8 கதைகளுமாக 107 கதைகள் உட்படுத்தப்பட்டிருந்தன. தி. ஜானகிராமனின் பெரும்பான்மையான சிறுகதைகளை உள்ளடக்கிய தொகுப்பு என்ற வகையில் முழுத் தொகுப்பு என்று குறிப்பிட்டிருந்தேன். எனினும் இதழ்களில் வெளிவந்தும் தொகுப்புகளில் இடம்பெறாத இன்னும் சில கதைகள் இருக்கின்றன என்பதையும் நூலின் பதிப்புரையில் தெரிவித்திருந்தேன்.

தி. ஜானகிராமன் சிறுகதைகள் – ஒரு திறனாய்வு என்ற தனது ஆய்வு நூலில் டாக்டர். பழ. முத்துவீரப்பன் மொத்தச் சிறுகதைகளையும் அட்டவணைப்படுத்தியிருந்தார். அதில் ஜானகிராமன் எழுதியவை மொத்தம் 120 கதைகள் என்றும் குறிப்பிட்டிருந்தார். காலச்சுவடு பதிப்புக்காக மேற்கொண்ட தேடலின்போதே அவரது பட்டியலில் இரண்டு கதைகள் விடுபட்டிருந்ததைக்

கண்டறிந்தேன். 'பாப்பாவுக்குப் பரிசு', (*வித்தியா*, நவம்பர் 1954), 'தற்செயல்' (*குமுதம்*, 6 ஆகஸ்ட் 1970) ஆகியவை அந்த இரு கதைகள். பழ.முத்துவீரப்பன் பட்டியல் எண்ணிக்கையுடன் அதில் விடுபட்ட இரு கதைகளையும் சேர்த்தால் தி. ஜானகிராமன் சிறுகதைகளின் மொத்த எண்ணிக்கை 122. காலச்சுவடு முழுத் தொகுப்பில் 107 கதைகள் உள்ளன. ஆக, இனிக் கண்டுபிடிக்கப்பட வேண்டிய கதைகள் 15 என்று உறுதியானது.

காலச்சுவடு முழுத் தொகுப்பின் பதிப்புரையில் இதைக் குறிப்பிட்டு இவ்வாறு எழுதியிருக்கிறேன்:

> *விடுபட்ட கதைகளைத் தேடி அடுத்த பதிப்பில் சேர்க்க முடியும் என்ற தெம்பைத் தற்போதைய தொகுப்புப் பணி அனுபவம் அளித்திருக்கிறது. வாசகர்களும் ஆய்வாளர்களும் தற்போதைய முழுத் தொகுப்பை முழு முற்றான தொகுப்பாக உருவாக்க உதவுமாறு கோருகிறேன். சிறுகதைகளின் எண்ணிக்கையில் குளறுபடி இருந்ததுபோலவே வெளியீட்டுத் தகவல்களிலும் போதாமைகள் இருக்கின்றன. சில கதைகளுக்கு வெளியான இதழ்கள் பற்றிய விவரங்களும் சில கதைகளுக்கு வெளிவந்த காலம் குறித்த தகவல்களும் மட்டுமே கிடைத்திருக்கின்றன. அவற்றைத் துல்லியமாக்கவும் வாசகர்களின் ஆதரவை நாடுகிறேன். ('தி. ஜானகிராமன் சிறுகதைகள்' காலச்சுவடு பதிப்பகம் 2014, ப. 38)*

மேற்குறிப்பிட்ட உதவிக் கோரிக்கையும் ஆதரவு நாடலும் நடைமுறையில் பலன் அளிக்கவில்லை. அந்த வாசகங்கள் பாறை மேல் விதைத்த வித்துகளாயின. எனினும் தொகுக்கப்படாத 15 கதைகளைத் தேடும் முயற்சி தொடர்ந்தது. இந்தச் செயல் புதிய ஆச்சரியங்களுக்குக் கொண்டு சென்றது. தொகுக்கப்படாத ஜானகிராமன் கதைகளின் எண்ணிக்கை பதினைந்து அல்ல, அதைவிடவும் அதிகம் என்ற இனிய உண்மையை எடுத்துக் காட்டியது. 'தி. ஜானகிராமன் சிறுகதைகள் முழுத் தொகுப்பு' நூலின் பணிகள் முடிந்து அச்சுக்கு அனுப்பினேன். தொடர்ந்து நடத்திய வேட்டையில் தேடிக்கொண்டிருந்த பதினைந்தில் இரண்டு கதைகளை ரோஜா முத்தையா ஆய்வு நூலகச் சேகரிப்பில் கண்டெடுத்தேன். *தேனீ* இதழில் வெளியான நரை, தூக்கம் ஆகியவை அந்தக் கதைகள். அதே சமயம் ஆ.இரா. வேங்கடாசலபதி இரண்டு கதைகளுடன் *தேனீ* இதழிலேயே வெளியான மேலும் இரண்டு கதைகளையும் கண்டெடுத்து அளித்தார். அவை: 'ஆனைக்குப்பம்', 'சாப்பாடு'. (இவற்றில் 'சாப்பாடு' கதையல்ல; கட்டுரை). இங்கு குறிப்பிட்ட மூன்று கதைகளை முழுத் தொகுப்பில் சேர்க்க முடியாமற்போன வருத்தம் மனதை வாட்டியது. சலபதி கண்டுபிடித்து அளித்த இன்னொரு கதையான 'ராஜப்பா'

வாட்டத்தைப் போக்கிப் பணியை முடுக்கிவிட்டது. சலபதியின் பங்களிப்பு இன்னொரு வியப்புக்கும் காரணமானது. 'ராஜப்பா' என்ற கதை, எங்கும் பேசப்படவில்லை, எந்தப் பட்டியலிலும் குறிப்பிடப்படவில்லை. அப்படியானால் தேடிக் கண்டுபிடிக்க வேண்டிய ஜானகிராமன் கதைகளின் எண்ணிக்கை நான் எண்ணியது போல 15 மட்டுமல்ல, இன்னும் அதிகம் என்ற முடிவுக்கு இந்த வியப்பு கொண்டுசென்றது.

கிருஷ்ண பிரபுவின் உதவியுடன் கண்டுபிடிப்பு முயற்சியைத் தொடர்ந்தேன். திருவல்லிக்கேணி ஸ்ரீ நடராஜா கல்விக்கழகம் நூலகச் சேகரிப்பிலிருந்து, *கல்கி* 1965ஆம் ஆண்டு தீபாவளி மலரில் வெளியாகியிருந்த 'கச்சேரி' என்ற கதை கிடைத்தது. கா. பாலமுருகன் உதவியால் *ஆனந்த விகடன்* 1959ஆம் ஆண்டு தீபாவளி மலரில் இடம்பெற்ற 'கோவிந்தராவின் மாப்பிள்ளை'யைக் கண்டுபிடித்தேன். சுந்தர ராமசாமி நினைவு நூலகத்திலிருந்து *சதங்கை* ஜூன் 1973 இதழில் வெளிவந்த '… … …' என்ற விசித்திரத் தலைப்புள்ள கதை அகப்பட்டது. பட்டியலிலிருந்த கதைகளில் ஐந்தும் எதிர்பாராமல் 'புதியது' ஒன்றும் கிடைத்தது மகிழ்ச்சியை அளித்தது. தொடர்ந்து தேடுவதற்கான முனைப்பைக் கூட்டியது. ஆனால் நினைத்த வேகத்தில் செயல்பட முடியவில்லை. வழக்கமான பணிகள் ஒருபக்கமும். பழைய இதழ்களைப் பாதுகாத்து வைத்திருக்கும் நூலகங்கள் நீண்ட பயணத்தைக் கோருவனவாக இருந்ததால் ஏற்பட்ட சோம்பல் ஒருபக்கமுமாகத் தேடலைத் தற்காலிகமாகத் தள்ளிப்போட வைத்தன. இதற்கிடையே தி. ஜானகிராமன் கட்டுரைகளைத் தேடும் பணியையும் ஏற்றுக்கொண்டேன். அதையொட்டி மேற்கொண்ட ஓரிரு பயணங்களின் விளைவாகக் கட்டுரைகளுடன் முழுத் தொகுப்பில் இடம்பெற்றிருக்கும் சில கதைகள் வெளிவந்த பழம் இதழ்களின் பிரதிகளும் கிடைத்தன. எனினும் கதைத் தேடல் வெவ்வேறு காரணங்களால் முன் நகரவில்லை; சுணக்கம் கண்டது.

தொலைபேசி உரையாடல் ஒன்றில் பேராசிரியர் கல்யாணராமனிடம் இது தொடர்பாகத் தெரிவித்தேன். அது 2019 ஜூன் மாதத்தில் ஒரு நாள். அன்று அப்படித் தெரிவித்தது அந்த நாளின் பொன்னான வேளையில் என்று இப்போது புலனாகிறது. மூலிகையின் பெயரைச் சொன்னால் பச்சிலைக் காட்டையே பெயர்த்துக் கொண்டு வரும் திறமையாளரான ராமன் அளித்த வாக்குறுதி மீண்டும் உற்சாகத்தைக் கொடுத்தது. 'கவலையே படாதீர்கள், செப்டம்பர் இறுதிக்குள் உங்கள் பட்டியலில் இருக்கும் எல்லாக் கதைகளையும் கண்டுபிடித்துத் தருவது என் பொறுப்பு' என்றார். அவரும் அவரது தோழரான ஆய்வு மாணவர் ஏ. தனசேகரும் களமிறங்கினார்கள். எந்தக் கதை எங்கே கிடைக்கக்

கூடும் என்று எனக்குக் கிடைத்த தகவல்களைப் பகிர்ந்துகொள்வது மட்டுமே என் வேலையாகச் சுருங்கியது. இதே நேரத்தில் கரிச்சான் குஞ்சு கதைகளைத் தேடித் தொகுக்கும் முயற்சியில் கவிஞர் ராணி திலக் ஈடுபட்டிருந்தார். அவரிடமும் தி. ஜானகிராமனின் கிடைக்க வேண்டிய கதைகள் பட்டியலைப் பகிர்ந்துகொண்டேன். அவரும் தேடத் தொடங்கினார். இம் மூவரும் மெய்வருத்தம் பாராது, கண் துஞ்சாது கண்டுபிடித்து அளித்தவை காணக் கிடைத்த பெரும் பொக்கிஷம்.

பதினைந்து கதைகள் மட்டுமே தொகுப்புகளில் இடம் பெற்றிராதவை என்ற முந்தைய முடிவுக்கு மாறாக 14 'புதிய' கதைகளையும் ஒரு நாடகத்தையும் நண்பர்களின் அயராத உழைப்பு திரட்டிக் கொடுத்தது. ஆய்வுப் பணி ஒரு கூட்டுப் பொறுப்பு என்பதையும் ஓர் அறிவுச் செல்வத்துக்கு அதன்மீது ஈடுபாடுகொண்ட அனைவருமே சம பங்கு உரிமையுடையவர்கள் என்பதையும் இவர்களின் செயல்பாடு நிறுவியிருக்கிறது. இவர்களுக்கு முதலில் நன்றி செலுத்துகிறேன். இவர்களைத் தவிர வேறு சில நண்பர்களும் கதைத் தேடலில் பங்கேற்றார்கள். கதைகளைக் கண்டெடுத்து அளித்தார்கள். அவர்களுக்கும் நன்றி கூறுகிறேன்.

'கச்சேரி' என்ற தலைப்பின்கீழ் வடிவம் பெறும் இந்தத் தொகுக்கப்படாத கதைகளின் திரட்டில் 28 கதைகள் உள்ளன. எனக்குக் கிடைத்தவற்றில் 1959ஆம் ஆண்டு *சுதேசமித்திரன்* தீபாவளி மலரில் வெளியான அதர்ம சங்கடம் ஓரங்க நாடகம். 1945ஆம் ஆண்டு *சிவாஜி* ஜூன் 17, 24, 31 இதழ்களில் பகுதி பகுதியாக வெளியான 'குட்டைப் பிராமணன்' என்ற கதை முற்றுப் பெறாதது. இவை இரண்டையும் இந்தத் தொகுப்பில் சேர்க்க வில்லை. பிற கதைகளின் மறுகண்டுபிடிப்பைப் பின்வருமாறு பகிர்ந்துகொள்கிறேன்.

கல்யாணராமன், தனசேகர் இருவரும் அரசு ஆவணக் காப்பகம் – சென்னை, ரோஜா முத்தையா ஆய்வு நூலகம்– சென்னை, தமிழ்ப் பல்கலைக்கழக நூலகம் – தஞ்சை, நடராஜா கல்விக் கழகம் – திருவல்லிக்கேணி, ஞானாலயா – புதுக்கோட்டை, அமுதசுரபி விக்கிரமன் தனிநூலகம் – சென்னை ஆகியவற்றிலிருந்து 16 கதைகளைக் கண்டெடுத்து அளித்திருக்கிறார்கள். இவர்களின் பங்கே இந்தப் தொகுப்பில் அதிகம். சிவகுருநாதன் செந்தமிழ் நினைவு நூலகம் – கும்பகோணம் வழி ராணி திலக் மூன்று கதைகளைக் கண்டடைந்தார். தனது சேகரிப்பிலிருந்து நான்கு கதைகளை சலபதி அளித்தார். பெருமாள் முருகனும் பா. மதிவாணனும் (டி.என். ராமச்சந்திரன் தனி நூலகம் – தஞ்சை) ஆளுக்கு ஒரு கதையை கண்டுபிடித்துக் கொடுத்தனர். எஞ்சிய மூன்று கதைகள் கைவசமிருந்தவை. ஆக மொத்தம்

தி.ஜானகிராமனின் தொகுக்கப்படாத 28 கதைகள் முதல்முறையாக இந்தத் தொகுப்பில் இடம்பெறுகின்றன. யார் யார், எந்தெந்தக் கதைகளை, எந்தெந்தச் சேகரிப்பிலிருந்து கண்டெடுத்தார்கள் என்ற தகவல்கள் பின்னிணைப்பில் கொடுக்கப்பட்டுள்ளன.

மேற்சொன்ன நண்பர்கள் ஒவ்வொருவரின் பங்களிப்பும் முதன்மையானவை. அவர்களுக்கு உதவும்வகையில் வேறு சில நண்பர்களும் கதைத் தேடலுக்கும் தொகுப்பு உருவாக்கத்துக்கும் பங்காற்றியிருக்கிறார்கள். பழ. அதியமானும் ரவி சுப்ரமணியனும் அளித்த ஒத்துழைப்பு நிகரற்றது. 26 கதைகள் கிடைத்து இன்னும் இரண்டு கதைகள் மட்டும் கிடைத்தால் தொகுப்பு முழுமை பெறும் என்ற நிலையில் பா. மதிவாணன் மேற்கொண்ட சிரமம் குறிப்பிடத்தகுந்தது. துளியும் தன்னலம் பாராத இவர்களின் கூட்டுறவு இல்லாமல் இந்தக் 'கச்சேரி' பரிமளித்திருக்காது.

பொது, தனியார் நூலகங்களின் பொறுப்பாளர்கள் உதவிக் கரம் நீட்டாமல் தொகுப்பு உருப் பெற்றிருக்காது. ஞானாலயா நிறுவனர் கிருஷ்ணமூர்த்தி, அரசு ஆவணக் காப்பக நூலகர் ஜெகன் பார்த்திபன், எழுத்தாளர் விக்கிரமனின் புதல்வர் கண்ணன் விக்கிரமன், ரோஜா முத்தையா ஆராய்ச்சி நூலக இயக்குநர் சுந்தர், நூலகர் மாலா ஆகியவர்கள் உறுதுணையாக இருந்தார்கள். இவர்கள் அனைவருக்கும் மிக்க நன்றி.

இலக்கிய வாசகர்களின் பார்வைக்காகச் சில தகவல்களைப் பகிர்ந்துகொள்கிறேன். இந்தத் தொகுப்பில் இடம்பெற்றுள்ள கதைகளைத் தவிர இனிக் கண்டடைய வேண்டியவை இரண்டு கதைகள். 1.'காத்திருந்தவள்.' 2.'தாழம்பூ.' முதல் கதை வெளியான *சிவாஜி* அக்டோபர் 1946 இதழ் கிடைக்கவில்லை. இரண்டாவது கதை பற்றிய தகவல் கரிச்சான்குஞ்சு எழுதிய கட்டுரையிலிருந்து பெறப்பட்டது. *கிராம ஊழியன்* இதழில் வெளியானதாகத் தகவல் சொல்லுகிறது. ஆனால் வெளியான ஆண்டு தெரியவில்லை. 'குட்டைப் பிராமணன்' என்ற கதை *சிவாஜி* பத்திரிகையின் நான்கு இதழ்களில் பகுதி பகுதியாக வெளிவந்திருக்கிறது. முதல் மூன்று பகுதிகள் கிடைத்துள்ளன. நான்காவது பகுதி கண்மறைவில் இருக்கிறது. வாசகர்களும் ஆய்வாளர்களும் விட்ட குறையை நீக்க உதவுமாறு வேண்டுகிறேன்.

தொகுப்பில் சேர்க்கப்பட்டுள்ள கதைகளில் சிலவற்றை ஒன்றுக்கும் மேற்பட்டவர்கள் கண்டெடுத்திருந்தார்கள். எடுத்துக் காட்டாக, *சதங்கை* இதழில் நான் கண்டெடுத்த கதையையே பா. மதிவாணனும் *சிவாஜி* 1972 அக்டோபர் இதழிலிருந்து எடுத்துக் கொடுத்திருந்தார். அது கதையின் முதல் வெளியீட்டு விவரத்தைச் சரி பார்க்க உதவியது.

'நர்மதையின் யாத்திரை' என்ற கதை *கிராம ஊழியன்* 15 அக்டோபர் 1943ஆம் ஆண்டு இதழில் வெளிவந்திருக்கிறது. ஆசிரியரின் பெயர் ராஜம் ஜானகிராமன். அபூர்வமாகவே புனைபெயரில் எழுதியவரான தி.ஜானகிராமன் மாற்றுப் பெயரில் எழுதியதன் காரணத்தை ஆராய்ந்தபோது மகிழ்ச்சியளிக்கும் உண்மை விளங்கியது. 1942ஆம் ஆண்டுதான் ராஜம் என்ற ராஜலட்சுமியை மணந்திருக்கிறார். ஒருவேளை இந்தப் பெயர் மாற்றம் புது மனைவிக்குப் புது மாப்பிள்ளையின் திருமணப் பரிசாக இருக்கலாம்.

கதைகளைத் தேடிச் சென்ற தளரா முயற்சியில் கல்யாண ராமனுக்குக் கிடைத்த உபரி ஆதாயம் தி.ஜானகிராமனின் இளமைக் காலப் புகைப்படம். அது கைக்குக் கிடைத்த நொடியில் இதுதான் தொகுப்பின் முகப்பு என்று முடிவு செய்தேன். அதைத் தனது கைவரிசையால் பொலிவு பெறச் செய்தவர் ஓவியர் ரோஹிணி மணி. அட்டையை வடிவமைத்தவர் பா. கலா முருகன். நகல்படிகளிலிருந்து கணினிக்கு மாற்றியவர் ஹெமிலா. மெய்ப்புப் பார்த்து உதவியவர் அபுதாபி நண்பர் செல்வராஜ் ஜெகதீசன். தொகுப்பு முயற்சியைப் பற்றித் தெரிவித்ததும் மனம் கனிந்து வாழ்த்தியவர் தி.ஜானகிராமனின் புதல்வி உமா சங்கரி. அனைவருக்கும் நன்றி.

தமிழ் எழுத்தாளர்களில் பெருங்கலைஞர்கள் என்று நான் மதிப்பவர்களில் ஒருவரான தி. ஜானகிராமனுக்கு மீண்டும் ஒருமுறை மரியாதை செலுத்தும் வாய்ப்பை அளித்த நண்பர் கண்ணனுக்கு மனமார்ந்த நன்றி.

'கச்சேரி' (தொகுக்கப்படாத சிறுகதைகள்) முன்னுரை,
5 ஜனவரி 2020

இரு மேதைகளின் நூற்றாண்டு

என் ரசனையில், வாழ்வில், எழுத்தில் குறிப்பிடத்தகுந்த பாதிப்புகளை ஏற்படுத்திய இரண்டு ஆளுமைகளின் நூற்றாண்டு இது. அவர்கள் தி. ஜானகி ராமனும் சத்யஜித் ராயும். இருவரும் ஒரே ஆண்டில், அடுத்தடுத்த மாதங்களில் பிறந்தவர்கள். மாணிக்தா 1920 மே மாதத்தில். தி.ஜா. அதே ஆண்டு ஜூனில்.

இலக்கியம், கலை பற்றிய அடிப்படையான தெளிவு உருவாகி வந்த பருவத்தில் வாசித்தும் பார்த்தும் அவர்கள்மேல் ஏற்பட்ட ஆராதனை உணர்வு இன்றும் கலையாமலேயே இருக்கிறது. இத்தனை ஆண்டுகளில் ஒவ்வொரு முறை அவர்களது படைப்புகளை எதிர்கொள்ளும்போதும் அவர்கள் மீதான மதிப்புக்கு மாற்றுக் கூடிக்கொண்டே போகிறது. ஆராதனை உணர்வும் அதிகரித்தவாறே இருக்கிறது.

எனக்கு வாய்த்த நல்லாசிரியர்களின் உபயத்தால் உயர்நிலைப் பள்ளிப் பருவத்திலேயே நவீன இலக்கியப் படைப்புகளுடன் உறவு ஏற்பட்டது. சோம சுந்தரம் என்ற சோமுசாரால் ஜெயகாந்தன் கதைகள் அறிமுகமாயின. என் இலக்கிய வாசிப்பின் குவிமையம் அதுதான். அதிலிருந்தே நவீன இலக்கியத்தின் முன்னோடிகளையும் அன்றைய சமகால ஆளுமைகளையும் கண்டடைந்தேன். அவர்களில் மிகவும் வசீகரித்தவர்களில் ஒருவராக இடம் பிடித்தார் தி. ஜானகிராமன். 1970 கல்கி தீபாவளி

மலரில் வெளியாகி இருந்த அவருடைய 'கடைசி மணி' என்ற கதைதான் அவரது உலகத்துக்குள் நுழைய ஒலித்த முதல் மணி. பதின்மூன்று வயதுப் பையனாக அந்தக் கதையில் பெற்ற வாசிப்பனுபவம் அறுபதைக் கடந்த இந்த வயதிலும் தொடர்கிறது. அந்தச் சிறுகதை தி. ஜானகிராமனின் மொத்த உலகத்துக்கும் இட்டுச் சென்றது.

அன்று சுவாரசியமும் இன்பமும் அளிப்பவையாக வாசித்த படைப்புகள் வயது ஏறஏற நுட்பங்கள் கொண்டவையாகவும் அனுபவம் திரளத்திரள வாழ்வின் தருணங்களைக் கற்பிப்பவை யாகவும் மாறின. இன்று வாசிக்கும்போது இதுவரை புலனாகாத பலவற்றையும் அவை வெளிப்படுத்துகின்றன. புதிய கண்டுபிடிப்பு மனநிலைக்குக் கொண்டுசெல்கின்றன. 'உயிர்த்தேன்' நாவலை முதலில் வாசித்தபோது, தி. ஜானகிராமனின் சிறந்த நாவல் அல்ல என்ற எண்ணமே மேலோங்கியது. அறுபதுகளில் நடைமுறையிலிருந்த இலட்சிய வாத நாவல்களைப் போல இவர் ஏன் எழுதினார்? என்ற ஏமாற்றமே எழுந்தது. பலமுறை, பல தருணங்களில் 'உயிர்த்தே'னை வாசித்தும் இந்த ஆரம்பக் கருத்து மாறவில்லை. ஓர் இடைவெளிக்குப் பின்னர் அண்மையில் மீண்டும் வாசித்தபோது இதுவரை பார்க்காத பல கூறுகளை வியப்புடன் காண முடிந்தது.

திரை அரங்கின் இருளில் ஓடிய ஆவணப்படம். தமிழ் நாடு அரசு செய்தித் துறையின் படம். படத்தின் தலைப்பு 'பாலா.' வெள்ளித் திரையில் எழுத்து, குரல், இயக்கம் என்ற ஒற்றை வரிக்குக் கீழே பார்த்த பெயர் சத்யஜித் ராய். மகத்துவம் தெரியாமல் கவனத்துக்கு வந்த பெயர் மனதில் பதிந்தது.

பின்னர் மாற்றுச் சினிமா மீது ரசனை திரும்பியபோது அவரது படங்களைப் பார்க்கும் வாய்ப்புக் கிடைத்தது. அந்த வாய்ப்பு அவரை ஆகச் சிறந்த திரைக் கலைஞராக ஏற்கச் செய்தது. ராயின் படங்களைத் தேடித் தேடிப் பார்ப்பதும் அவற்றைப் பற்றியும் அவரைப் பற்றியுமான விஷயங்களை வெளியிட்ட இதழ்களையும் நூல்களையும் சேகரிப்பதும் இயல்பானது. காலப்போக்கில் எல்லாப் படங்களின் பிரதிகளையும் வாங்கிப் பாதுகாக்கவும் தொடங்கினேன். ஒவ்வொரு படத்தையும் ஒவ்வொரு முறை பார்க்கும்போதும் அதுவரை காணாத கோணமும் பொருளும் புதிதாக மேலெழுந்து வரும் அனுபவத்தை உணர்கிறேன்.

உணர்ச்சி பொங்கி வழிகிற வார்த்தைகளில் உயர்வுநவிற்சியாக எழுதுவதிலும் பேசுவதிலும் எனக்கு உடன்பாடில்லை. ஆனால் சில சந்தர்ப்பங்கள் உடன்பாட்டை மீறச் செய்திருக்கின்றன. தி. ஜானகிராமனையும் சத்யஜித் ராயையும் நேரில் சந்தித்துப்

பேசிய தருணங்களை, வாழ்நாளில் கிடைத்த பேறு என்று உயர்வு நவிற்சியாகத்தான் சொல்ல முடிகிறது. அவர்களது படைப்புகளில் தோய்ந்து பெற்ற அனுபவமே அவர்களை ஆராதனைக்கு இலக்காக்கி இருந்தன. எனினும் முதல் சந்திப்பில் காட்டிய வாஞ்சையும் இணக்கமும் பெருந்தன்மையும் அவர்கள் ஆராதனைக்கு உரியவர்கள் என்பதை அழுத்தமாகத் தெரிவித்தன. அந்தச் சந்திப்புகள் நினைவில் இன்னும் பசுமை குன்றாமல் மிளிர்கின்றன. அன்று தோன்றிய மதிப்பு இம்மியளவும் குறையாமல் நிலைத்திருக்கிறது.

இருவரையும் சந்தித்த இடமும் நாளும் பொழுதும் இப்போதும் புத்தியில் துல்லியமாகப் பதிந்திருப்பது அந்த மதிப்பின் காரணமாகத்தான். கிடைத்தற்கரிய தருணங்களை மனம் அவ்வளவு எளிதாக மறந்துவிடாது அல்லவா?

1982ஆம் ஆண்டு ஜனவரி 2ஆம் தேதி சென்னை, திருவல்லிக்கேணி பெல்ஸ் சாலையில் இருந்த கணையாழி அலுவலகத்தில் தி. ஜானகிராமனைச் சந்தித்தேன். சந்தித்தோம் என்பதுதான் சரி. சிறு பத்திரிகைகளின் கூட்டமைப்பான இலக்கு அமைப்பின் கூட்டம் சென்னை வில்லிவாக்கத்தில் ஜனவரி 2, 3 தேதிகளில் நடைபெற்றது. அதில் கலந்துகொள்வதற்காகக் கோவையிலிருந்து நண்பர் ஆறுமுகம், கோவைவாணன் என்றதுரை ஆகியோருடன் சென்னை சென்றிருந்தேன். நாங்கள் தங்கியிருந்தது கணையாழி அலுவலகத்துக்கு நான்கு கட்டடங்களுக்கு அப்பால் இருந்த ஆசிரியர்கள் சங்கக் கட்டடத்தில். காலை உணவுக்குப் பிறகு 'பக்கத்தில்தான் கணையாழி அலுவலகம். ஜானகிராமன் தானே இப்போது பத்திரிகை ஆசிரியர். போனால் அவரைப் பார்க்கலாமில்லையா?' என்று அகத் துள்ளல் வெளியில் தெரிந்து விடாதபடி சாதாரணமாகச் சொல்வதுபோலச் சொன்னேன். நண்பர்களும் இலக்கிய ஆர்வலர்கள். எனவே இசைவு தெரிவித்தார்கள். பத்து மணி அளவில் அலுவலகம் சென்று விசாரித்துக்கொண்டிருக்கும்போது தி. ஜானகிராமன் உள்ளே வந்தார். அறிமுகங்களுக்குப் பின்பு அலுவலகத்திலேயே அமர்ந்து பேசினோம். சற்றுக் கழித்துக் காப்பி சாப்பிட அழைத்ததும் தயக்கமில்லாமல் உடன் வந்தார். தெருவின் மறுகோடியிலிருந்த முரளி கபேயில் இரண்டாவது சுற்றுக் காப்பி அருந்தும் வரையிலான இரண்டு மணி நேரம் உரையாடிக்கொண்டிருந்தார். அன்று அவர் அலுவலகப் பணியைத் தொடங்கியது பன்னிரண்டு மணிக்குத்தான். விடைபெற்றுக்கொண்டபோதுதான் இலக்கு கூட்டம் பற்றி விசாரித்தார். விவரங்களைச் சொன்னோம். காலையிலேயே ஆரம்பமாகி விட்ட கூட்டத்துக்கு உணவு

இடைவேளையின்போதுதான் எங்களால் போய்ச் சேரமுடிந்தது. இடைவேளைக்குப் பிறகு மீண்டும் நிகழ்ச்சிகள் தொடர்ந்தபோது நுழைவாயிலில் தி. ஜானகிராமன் நிற்பதைப் பார்த்தேன். ஓடிப் போய் அவர் கைகளைப் பற்றி – காலையிருந்து அவர்தான் மிகவும் நெருக்கமாகி விட்டாரே – உள்ளே அழைத்து வந்து அமரவைத்தேன். பழகிய, புதிய இலக்கியவாதிகளுடன் அவர் பேசுவதைக் கண்கொட்டாமல் பார்த்துக்கொண்டிருந்தேன்.

தேநீர் இடைவேளையில் கல்லூரி நண்பன் சீனிவாசன் என்னைப் பார்க்க வந்தான். அவனும் ஜானகிராமன் வாசகன்; இசைப் பித்தன். ‘காலையில் ஜானகிராமனைப் பார்த்தேன்’ என்றதும் அவன் கண்களில் சின்னப் பொறாமை மின்னியது. ‘இங்கே வந்திருக்கிறார்’ என்று அவரைச் சுட்டிக் காட்டினேன். பொறாமைக் கனல் அப்போது பரிவுச் சுடராகக் கண்களில் பளபளத்தது. தேநீருக்காகக் கூட்டம் கலைந்ததும் தி.ஜானகிராமனும் எழுந்தார். வாசலை ஒட்டி நின்றிருந்த என்னையும் சீனியையும் நெருங்கினார். ‘நான் புறப்படறேன். திருவான்மியூர் போகணும். இப்பப் போனால்தான் இருட்டுவதற்குள் வீடு சேர முடியும்’ என்றார். சீனிவாசனை அவருக்கு அறிமுகப்படுத்தினேன். அதுவரை என்னை ஒட்டி நின்றிருந்த சீனிவாசன் முன்னால் போனான். தி. ஜானகிராமன் எதிரில் நின்று ‘அபிவாதயே’ என்று தொடங்கி முணுமுணுத்துவிட்டு நெடுஞ்சாண் கிடையாகக் கால்களில் விழுந்து வணங்கி எழுந்தான். அவன் தலையில் இரு கைகளையும் வைத்து அழுத்திவிட்டு ‘வரட்டுமா?’ என்று புன்னகையுடன் படியிறங்கினார் தி. ஜானகிராமன். அதி நவீனர்களும் கருத்துப் போராளிகளுமான இலக்கியவாதிகளும் வாசகர்களும் குழுமியிருக்கும் இடத்தில் சீனிவாசன் அப்படிச் செய்தது என்னைக் கூச்சத்தில் நெளிய வைத்தது. கூடவே அந்த படவாப் பயலுக்கு கிடைத்த ஏதோ ஒன்று எனக்கு வாய்க்காமல் போன ஏக்கமும் கவ்வியது.

சத்யஜித் ராயுடனான சந்திப்பு ஜானகிராமனைச் சந்தித்தது போல எளிதாகக் கைகூடவில்லை. தொழில் நிமித்தமாகக் கல்கத்தாவுக்குப் போவது என்ற முடிவின் பின்னணியில் ராயைப் பார்க்கும் மறைமுகத் திட்டமும் இருந்தது. ஆனால் அது அவ்வளவு எளிதில் நடக்கவில்லை. கல்கத்தாவில் இருந்த ஒரு வார காலத்தில் பலமுறை முயன்றும் வாய்ப்புக் கிடைக்கவில்லை. கடைசியில் ஊர் திரும்பும் நாளுக்கு முன் தினம் சந்திப்புக்கான நேரம் கொடுக்கப் பட்டது.

அன்று 1988 நவம்பர் 20. கல்கத்தா லாஸோ ராய் சாலையிலிருந்த அவரது வீட்டில் சந்தித்தேன். ‘சென்னையிலிருந்து ஒருவன்

மாணிக்தாவைப் பார்க்க இத்தனை தூரம் வந்திருக்கிறான்' என்ற பச்சாத்தாப அடிப்படையில் அனுமதிக்கப்பட்டேன். புகைப்படங் களில் பார்த்துப் பழகியிருந்த விசாலமான அறையில், சாய்வு நாற்காலியில் அமர்ந்து மடியில் ஓர் எழுது பலகையை வைத்து அதன் மீது வங்காள மொழியில் அச்சிட்ட பிரதிகளைத் திருத்திக் கொண்டிருந்தார். முன்னால் நாற்காலியின் விளிம்பில் உட்கார்ந்து அறிமுகப்படுத்திக்கொண்டு கால், அரை வார்த்தைகளில் பேசினேன். அவரும் ஒற்றை, இரட்டை வார்த்தைகளில்தான் பதில் சொன்னார். பத்து நிமிடங்களுக்குப் பிறகு இடமும் மனிதரும் பழகிவிட்ட தெம்பில் கொஞ்சம் நீளமாகப் பேச முடிந்தது.

'அவருக்கு உடல் நலம் சரியில்லை. விருந்தினர்கள் யாரை யும் சந்திக்க அனுமதிப்பது இல்லை. வெகு தூரத்திலிருந்து வந்திருக்கிறீர்கள். நான்கைந்து நாட்களாகக் காத்துக்கொண்டிருந் தீர்கள் என்பதால் அனுமதிக்கிறோம். பத்தே பத்து நிமிடங்கள்தான்' என்ற நிபந்தனையின் பேரில்தான் சந்திக்க முடிந்தது. அரை மணி நேரத்துக்குப் பின்னர்தான் அந்த நிபந்தனை நினைவுக்கு வந்தது. எழுந்துகொண்டேன். கைகளைக் குவித்து விடைபெற முன்னால் நின்றேன். சத்யஜித் ராய் எழுதுபலகையை கொஞ்சமாக முன்னால் நகர்த்தி உட்கார்ந்த நிலையிலேயே அவரது இரு கைகளையும் நீட்டி என்னுடைய புறங்கைகள் இரண்டையும் தொட்டார். அவர் கைகளை விலக்கியதும் ஒரு கணம் யோசித்தேன். யாருடைய கால்களிலும் விழுந்து வணங்குவது கூடாது என்ற பகுத்தறிவுப் பிடிவாதம் மனதில் இருந்தது. அவர் என் கைகளைத் தொட்ட நொடியில் அந்தப் பிடிவாதம் காணாமற் போனது. குனிந்து சாய்வு நாற்காலியைத் தாண்டி நீட்டியிருந்த அவரது பாதங்களைத் தொட்டு நிமிர்ந்தேன். அந்த வீட்டிலிருந்து வெளியே வந்து தெருவில் நடந்தபோது மனது விம்முவதை உணர்ந்தேன்.

சத்யஜித் ராயைச் சந்தித்தபோது இருந்த மனநிலை தி. ஜானகிராமனைச் சந்தித்தபோது ஏன் இல்லாமல் போனது? என்று பிந்தைய ஆண்டுகளில் பலமுறை யோசித்திருக்கிறேன். அன்றைய கூச்சமும் பிடிவாதமும் சரியானவைதானா என்று எனக்குள்ளேயே கேட்டிருக்கிறேன். நண்பன் சீனிவாசனுக்குக் கிடைத்த ஜானகிராமப் பரிவு என் தலைமீது ஏன் சொரியவில்லை என்று குமைந்திருக்கிறேன். தி. ஜானகிராமனின் இரு நாவல்களுக்கு முன்னுரை எழுதவும் மொத்தக் கதைகளைத் தொகுக்கவும் இதுவரை தொகுக்கப்படாத கதைகளைத் தேடித் திரட்டித் தொகுக்கவும் கட்டுரைகளைத் திரட்டவுமான பணிகள் என்னிடம் கொடுக்கப்பட்டபோது இந்தக் குமைச்சல் விடைபெற்றது. அவரது பாதங்களைத் தொட்டு வணங்கும் மன நிலைதான் இந்தப் பணிகளுக்கு உந்துதல் என்பது புலனாகிறது.

தி. ஜானகிராமன், சத்யஜித் ராய் ஆகிய இருவரையும் சந்தித்துப் பேசியது ஒரு சில மணி நேரங்கள்தாம். அந்தக் குறுகிய பொழுதுகள் வாழ்நாள் முழுவதும் பேணிக்கொண்டிருக்குமளவு மகத்தானவை. ஒரு குடம் அமுதம் மட்டுல்ல, ஒரு சொட்டு அமுதமும் ஆயுளுக்கும் நீடித்திருக்கும்.

'வாழ்நிலம்', ஜூலை 2020

இன்றும் தி. ஜானகிராமன்

முன்னோடித் தமிழ்ச் சிறுகதையாளர்களில் எல்லாத் தரப்பினராலும் ஏற்கப்பட்டவர் தி. ஜானகிராமன். அவரது கதைகள் இலக்கியத்தை வாழ்க்கை அனுபவமாகக் கருதும் தீவிரர்கள், வாசிப்பை இன்பமாக எடுத்துக்கொள்பவர்கள், பொழுது போக்குச் சுவாரசியத்தை மட்டும் நாடுபவர்கள் ஆகிய அனைவருக்கும் ஈடுகொடுப்பவை. இலக்கியத்தரமும் அனைத்துத் தரப்பின் ஏற்பும் கொண்ட கதைகளை எழுதியவர்கள் எண்ணிக்கை மிகவும் குறைவு. தமிழில் மட்டுமல்ல; மற்ற இந்திய மொழிகளிலும் பிற உலக மொழிகளிலும் இதுவே இயல்பான நிலை இந்த நிலைதான் இலக்கிய வாசிப்பில் படிநிலைகளைத் தீர்மானிக்கிறது. புதுமைப்பித்தன் வாசகர்களும் மௌனி வாசகர்களும் கல்கி வாசகர்களும் இந்தப் படிநிலையைச் சார்ந்தே உருவாகிறார்கள். இவ்வாறான வாசகர்கள் எல்லாராலும் போற்றப்படும் எழுத்தாளராக ஒருவர் கவனம் பெறுவது அரிது. அந்த அரிய வாய்ப்பைப் பெற்ற சில எழுத்தாளர்களில் தி.ஜானகி ராமன் முதன்மையானவர். அவரது எந்தச் சிறுகதையும் புரிந்துகொள்ளக் கடினமானது அல்ல; பூடகமானது அல்ல; சிக்கலானது அல்ல. வாசிக்கச் சுவாரசியமானதும் திறந்து கிடப்பதும் சரளமானதும்தான்.

தி. ஜானகிராமனின் அதிகம் பேசப்படும் சிறுகதையான 'சிலிர்ப்பு' இந்தக் கூற்றுக்கு உதாரணம். பள்ளி விடுமுறையில் உறவினர் வீட்டுக்குப் போயிருந்த பிள்ளையைத் தந்தை திரும்ப ஊருக்கு அழைத்து

வருகிறார். அந்த ரயில் பயணத்தில் நிகழும் சம்பவங்கள்தாம் கதை. ரயிலில் பார்க்கும் அநாதைச் சிறுமியின்பால் அவன் காட்டும் களங்கமற்ற அன்பை அந்த நிகழ்ச்சிகளிருந்து தெரிந்து கொள்ளும் தந்தை நெகிழ்ந்துபோகிறார். அவனிடமிருந்து வெளிப்படும் கருணை அவரைச் சிலிர்க்கச் செய்கிறது. அவனை அணைத்துக்கொள்ளும்போது சச்சிதானந்தத்தையே தழுவிக் கொண்டது போலிருந்தது என்ற உணர்வுடன் கதை முடிகிறது. மிக எளிமையாகவும் இயல்பாகவும் எழுதப்பட்ட கதை. வாழ்க்கையின் விள்ளலாகப் பார்க்கும் தீவிர வாசகர் தம் வாழ்வின் அன்புமயமான கணத்தை உருவாக்கிக் கொள்ளவோ நினைவுகூரவோ கூடும். கதை இன்பத்தை நாடுபவர் பெருமூச்சுடன் வியக்கக் கூடும். பொழுதை நகர்த்த விரும்பியவர் புதிய புன்னகையுடன் அமரலாம். இலக்கியத்தில் சமுதாயச் செய்தியைக் காண ஆசைப்படுபவர் குழந்தைத் தொழிலாளியின் அவல நிலைபற்றிக் கரிசனப்படலாம். இந்த வகையினர் எல்லாராலும் வாசிக்கப்பட்ட கதை இது. அவர்களுக்குரியதை எடுத்துக் கொள்ளும் பாங்கில் எழுதப்பட்ட கதையும் கூட, தி.ஜானகிராமன் கதைகள் என்று பேசத் தொடங்கியதுமே சுட்டிக்காட்டப்படும் தவிர்க்க இயலாத கதைகளில் சிலிர்ப்பும் ஒன்று. இலக்கியப் பெறுமதி குன்றாமலும் அதே சமயம் பெரும்பான்மை வாசகர்களால் ஏற்றுக் கொள்ளப்படுபவையாகவும் அமைந்த கதைகள் தி. ஜானகிராம னுடையவை. இந்த இயல்பு காரணமாகவே அவை வெகுஜனப் பிரபலமும் அடைந்தன. இன்றும் பெருமளவு வாசகர்களால் வாசிக்கப்படுபவையாக இருக்கின்றன.

தமிழ்ச் சிறுகதையாளர்களில் தி. ஜானகிராமனை நவீன செவ்வியலாளர் (மாடர்ன் கிளாசிஸ்ட்) என்று குறிப்பிடவே விரும்புகிறேன். இப்படிக் குறிப்பிடுவதே சிக்கலுக்குள் தள்ளுகிறது. செவ்வியலாக இருக்கும் ஒன்று எவ்வாறு நவீனமானதாக இருக்க முடியும் என்ற கேள்வியையும் எழுப்புகிறது. செவ்வியல் இலக்கியம் ஏற்கனவே நிலைபெற்றிருக்கும் மதிப்பீடுகளைச் சார்ந்தும் மறுத்தும் இயங்குகிறது. ‘உரைசால் பத்தினிக்கு உயர்ந்தோர் ஏத்தல்’ என்பது சிலப்பதிகாரத்தின் காவிய நோக்கங்களில் ஒன்று. கற்பின் கனலியாகவே கண்ணகியின் பாத்திரம் சித்தரிக்கப் படுகிறது. அதை வலுப்படுத்தும் முறையில் காவியம் இயற்றப்படுகிறது. செவ்வியல் மதிப்பீட்டைச் சார்ந்தே அமைகிறது. இது செவ்வியல் போக்கின் இயல்புகளில் ஒன்று. இதற்கு மாறான நிலையை நவீனப் பார்வை முன்வைக்கிறது. சூதில் மனைவியைப் பணயம் வைத்த அண்ணனின் கையை எரிக்க முன்வருகிறது அந்தப் பார்வை. அண்ணனுக்கு அடங்கிய தம்பிமார் என்ற மதிப்பீட்டை அது புறக்கணிக்கிறது. புதிய மதிப்பீட்டை உருவாக்கும் காரணத்தால் நவீனத்தன்மை பெறுகிறது. சிலப்பதிகார உதாரணத்தைச் செவ்வியலுக்கும்

பாஞ்சாலி சபதக் காட்சியை நவீன மனப் பான்மைக்கும் எடுத்துக் காட்டாக முன்னிருத்தலாம். இந்த இரு இயல்புகளும் தனித்தும் ஒன்றுடன் ஒன்று பின்னியும் தி. ஜானகிராமன் கதைகளில் வெளிப்படுகின்றன. அதுவே அவரை நவீன செவ்வியலாளர் என்று அடையாளம் காணக் காரணமாகிறது. சில கதைகளில் செவ்வியல் மதிப்பீடுகளை அப்படியே ஏற்றுக்கொள்கிறார். பல கதைகளில் அந்த மதிப்பீடுகளை விசாரணைக்கு உள்ளாக்குகிறார். முதலாம் வகையை விடவும் இரண்டாம் வகையான கதைகளே அவரிடம் அதிகம். அதனாலேயே அவர் இன்றும் நவீனராகக் கருதப்படுகிறார். அவரது கதைகள் நிகழ்கால மனப்பாங்குக்கு இசைந்தவையாக நிலைபெறுகின்றன.

தி. ஜானகிராமனின் ஆரம்பக் காலக் கதைகளில் ஒன்று 'பசி ஆறிற்று' அகிலாண்டத்தின் கணவர் சாமிநாத குருக்களுக்குத் தொழில் கோவில் கைங்கரியம். 'பீரங்கி காதருகில் வெடித்தால் கூட, நெருப்புக் குச்சி கிழிக்கிற மாதிரி இருக்கு' என்று சொல்லும் அளவுக்குச் செவிடு. மனைவியான தன் குரலையாவது அவர் கேட்டிருப்பாரா என்று அகிலாண்டம் ஆதங்கப்படுகிறாள். அவருடைய நெருக்கத்தை விழைகிறாள். காதுகேளாமைக் குறை சாமிநாத குருக்களை மனைவியின் வேட்கையையும் எதிர்பார்ப்பை யும் புரிந்துகொள்ள முடியாத அரை மனிதனாக ஆக்கியிருக்கிறது. ஆணின் அண்மைக்கு ஏங்கும் அகிலாண்டம் எதிர் வீட்டுக்கு வந்திருக்கும் மிலிட்டரிக்காரன் ராஜத்தின் மீது மையல் கொள்கிறாள். அவனுடைய கவனத்தை ஈர்க்கும் வகையிலும் நடந்துகொள்கிறாள். அவன் மீண்டும் ராணுவப் பணிக்குத் திரும்புகிறான். அகிலாண்டம் விரகத் துடிப்புடன் குமைகிறாள். இந்த அனுபவத்திலிருந்து மீண்டு வரும் அகிலாண்டத்தின் மனதில் இன்னொரு இளைஞன் சஞ்சலத்தை மூட்டுகிறான். துடிக்கத் துடிக்க அவனை எதிர்பார்த்துக்கொண்டிருக்கிறாள். பசியுடன் காத்திருக்கும் அவளை பரிவுடனும் கனிவுடனும் நம்பிக்கையுடனும் பார்க்கும் கணவன் மீது அவளுக்கு அன்பு சுரக்கிறது. அவருடைய வியர்வையைத் துடைக்கும் நெருக்கத்தில் அவரை உணர்கிறாள். அவர் சாப்பிடுவதைப் பார்த்துக்கொண்டிருக்கையில் அவளுக்கு எல்லாப் பசியும் தீர்கிறது.

திருமண உறவால் சிறைப்பட்டுப்போன பெண்ணின் வேட்கையைச் சொல்லும் இந்தக் கதை கணவனே அடைக்கலம் என்ற நிறுவப்பட்ட மதிப்பீட்டையே வலியுறுத்துகிறது. பெண்ணை மையமாகவைத்து உருவாக்கப்பட்ட செவ்வியல் மதிப்பீட்டை ஏற்கிறது. இந்தக் கதையை தி. ஜானகிராமனின் செவ்வியல் கதை என்று சொல்லலாம். ஏறத்தாழ இதேபோன்ற சந்தர்ப்பத்தைக் கொண்ட இன்னொரு கதை 'தூரப் பிரயாணம்.' அதில்

வெளிப்படுவது செவ்வியல் அடக்கமல்ல; நவீன மனத்தில் மீறல். பாலி திருமணமானவள். பதினைந்து வயது வித்தியாசமுள்ள கணவனுடன் வாழ விதிக்கப்பட்டவள். அவளுக்கும் ரங்குவுக்கும் மறைமுகமான உறவு இருக்கிறது. ஒரு கட்டம்வரை அது தொடரவும் செய்கிறது. ஆனால் அந்த உறவு சிக்கலாகும் கட்டத்தைத்தான் கதை விவரிக்கிறது. அவளுக்காகவே அலுவலக நிமித்தம் என்று சென்னைக்கு வரும் ரங்கு பழைய உறவின் நினைப்புடன் அவளையே வளைய வருகிறான். ஆனால் நோயாளிக் கணவனின் மீதான அக்கறை அவனிடம் இசைய அவளுக்குத் தடையாகிறது. கணவன்மேலான பச்சாத்தாபமா காதலன் மீதான வேட்கையா என்ற கேள்வியின் முன்னால் திகைக்கிற பாலி கணவன் பக்கமே தன்னை சார்த்திக் கொள்கிறாள். அவளை மூர்க்கமாக நெருங்கும் ரங்குவைப் புறக்கணிக்கிறாள். 'இனிமே மெட்ராஸ் வரவேண்டாம்' என்று விலகுகிறாள். கதையின் தொடக்கத்தில் ரங்குவைப் பார்த்துப் பூரித்துப் போய் பால்காரனிடம் இரண்டு ஆழாக்குப் பால் உபரியாக வாங்கும் பாலி அவன் போன பின்பு வழக்கமான இரண்டு ஆழாக்கு மட்டும் போதும் என்கிறாள். இந்த இடத்தில் கதை முற்றுப் பெற்றிருக்குமானால் தி.ஜானகிராமனை தேர்ந்த கதையாளர் என்று வரையறுத்து விடலாம். இறுதி வரியே அவரை நவீனமானவராக எடுத்துக் காட்டுகிறது. 'பாலி வாங்கிக் கொண்ட பாலில் ரங்கு சுற்றிச் சுற்றி வருவதுபோல் இருந்தது' என்ற வரி கதையை இன்னொரு தளத்துக்கு எடுத்துச் செல்கிறது. ஆகி வந்த சூழலுக்கு இணக்கமான முடிவையல்ல; பெண்ணின் கலையாத வேட்கை சார்ந்த மீறலைக் காட்டுகிறது.

மேற்குறிப்பிட்ட இரு கதைகளும் செவ்வியல் மதிப்பீட்டை ஏற்றும் விசாரித்தும் எழுதப்பட்டவை. இதே மையக் கருவைக் கொண்டு எழுதப்பட்ட 'மன நாக்கு' தி. ஜானகிராமனை சமகாலத்தவராக்குகிறது. கதையின் மையப் பாத்திரமான ஆண் எட்டு வருடங்களாக மாலியின் தழுவலுக்கு வேட்கையுடன் காத்திருக்கிறான். அவள் உருவாக்கும் நெருக்கமான வாய்ப்புகளைத் தனது தயக்கத்தால் நழுவவிட்டுக்கொண்டே இருக்கிறான். வெறும் அரட்டையிலும் நேர ஒழுங்கைக் கடைப் பிடிக்காமலும் இழந்த நல்வாய்ப்பு மாலியின் கணவர் இல்லாத தருணத்தில் கிடைக்கிறது. தன்னுடைய நேர விரயத்தால் அதை இழக்கிறான். உடலும் உயிரும் ஏங்கிக் கிடந்த அந்த தருணம் கை நழுவிப் போகிறது. தாமதமாக வரும் அவனை மாலியால் கற்பனை செய்து வைத்திருந்த குதூகலத்துடன் ஏற்க முடிவதில்லை. வழக்கம்போல் வியர்த்தமாகிறது அந்தச் சந்திப்பு. மாலியின் நிராகரிப்புக் காரணம் நேரத்தைப் பயன்படுத்திக்கொள்ளத் தெரியாத அவனுடைய இயலாமை மட்டுமல்ல. அந்த நேரத்தை உருவாக்கிய தன் மீது அவன் காட்டத் தவறிய பரஸ்பர மரியாதையை முன்னிருத்தியது.

மோகப் பெருமயக்கு

தான் வெளிப்படையாகக் காட்டும் மன உணர்வை விளங்கிக் கொள்ளாத பலவீனத்தைச் சுட்டுவது. பெண்ணைப் புரிந்துகொள்ள முடியாத ஆண் முனைப்பின் வெறுமையைக் குத்திக் காட்டுவது.

இங்கே எடுத்துக் காட்டிய மூன்று கதைகளை சற்று விளை யாட்டாகவே ஒப்பிட்டுப் பார்க்க விரும்புகிறேன். ஆண் பெண் விழைவைக் கதைப் பொருளாக்கி எழுத தி. ஜானகிராமனுக்கு உந்துதலாக இருந்தவர் கு.ப. ராஜகோபாலன். இந்தக் கதைகளை ஒருவேளை கு.ப.ரா. எழுத முடிந்திருக்குமா? 'பசி ஆறிற்று', 'தூரப் பிரயாணம்' ஆகிய கதைகளை நிச்சயம் அவரால் எழுதியிருக்க முடியும். ஆனால் 'மன நாக்கு' கு.ப.ரா.வின் புனைவுலகத்தில் நிகழ்ந்திருக்கவே முடியாது. ஏனெனில் முந்தையவை செவ்வியல் மதிப்பீட்டின் மீது அமைந்தவை. அதனுடன் ஒட்டியோ விலகியோ அவரால் உறவு கொள்ள இயலும். ஆனால் மன நாக்கு முற்றிலும் நவீனமான மன நிலையைச் சார்ந்தது. அவரால் ஊகிக்கக்கூட முடிந்திராதது. அது அவருக்குப் பிந்தைய காலத்தின் துடிப்பைக் கொண்டது. காலத்துடனான இந்தப் பொருத்தப்பாடே தி. ஜானகி ராமனை இன்றும் வாசிக்க வலியுறுத்துகிறது.

ஆணும் பெண்ணும் ஒருவர் மீது ஒருவர் கொள்ளும் வேட்கையையும் விழைவையும் காமத்தையும் சித்தரித்தவர் தி. ஜானகிராமன். அதுபோன்ற கதைகளே அவரைத் தனித்துவ மானவராகவும் விமர்சனத்துக்குரியவராகவும் அடையாளப் படுத்தின. அவை நாசூக்கான காதலையோ விலக்கப்பட்ட காமத்தையோ மையப்படுத்தியவை அல்ல. மாறாக இந்த விழைவில் காலந்தோறும் ஏற்படும் சிக்கல்களை முதன்மையாகக் கருதியவை. பரஸ்பர ஈர்ப்பின் புலனாகாத மர்மங்களை துலக்குபவை. குறிப்பாகப் பெண்ணின் அகவுலகை அறிய முனைபவை. விருப்பத்துக்கும் விருப்பத்துக்கு மாறாகவும் விரும்ப முடியாமலும் வாய்க்கிற உறவுக்கு அப்பால் உண்மையான அன்புக்கு ஏங்கும் தவிப்புகளைப் பகிரங்கமாக்குபவை. இந்தக் கதைகளில் வரும் பெண்களில் பெரும்பான்மையினரும் வெளிப்படையானவர் களாகவே இருக்கிறார்கள். அந்த வெளிப்படைத்தன்மை அவர்களுக்கு சுதந்திரத்தை வழங்குகிறது. சமூகம், மரபு, குடும்பம் ஆகிய அமைப்புகள் ஒடுக்கி வைக்கும் உணர்வுகளை வெளிப்படுத்துகிறவர்களாகவும் தங்களது உடலும் மனமும் தங்கள் உடைமை என்று முனகல் தொனியிலாவது பிரகடனம் செய்பவர்களாகவும் இருக்கிறார்கள். தி. ஜானகிராமன் கதைகள் எழுதப்பட்ட காலத்தில் இவை சமுதாயத்திலும் ஓரளவுக்கு இலக்கியத்திலும் விலக்கப்பட்டவை; ஏற்கக் கூடாதவை. ஆனால் காலங்களாக மனித மனம் விரும்புவது கட்டுப்பாடுகளை அல்ல; விடுதலையை. அந்த விடுதலையுணர்வைக் காலத்துக்கு முன்பே

எழுதியவர் தி. ஜானகிராமன். அவர் சித்தரித்த பெண்பாத்திரங்களின் செயல்களை இன்று கொஞ்சமேனும் நடைமுறையில் காணலாம். இந்தச் செயல்பாடுகளை நவீனம் என்று குறிப்பிட்டால் தி. ஜானகிராமனுக்கு நிகரானவர்கள் நவீனரிலும் இல்லை. இலக்கியவாதியின் தனித் திறன் இது என்பதைவிடக் காலத்துடன் அவன் கொள்ளும் பிணைப்பின் விளைவு என்று சொல்வதே பொருத்தம்.

எந்தக் கலைஞனும் அவன் வாழும் காலத்துடன் உறவு கொண்டவனாக இருக்க வேண்டும். இறந்த காலத்தின் குரலாக ஒலிப்பது பொருத்தமற்றது மட்டுமல்ல; பயனற்றதும்கூட. இந்த அளவுகோலை தி. ஜானகிராமன் கதைகளுக்குப் பொருத்திப் பார்க்க முடியுமா என்ற சந்தேகம் எழலாம். அவர் கதைகள் எழுதப்பட்ட காலம் நாற்பதாண்டுகளுக்கு முற்பட்டது. கதைகளில் அவர் சித்தரிக்கும் காலம் அதற்கும் முற்பட்டது. அன்று அவர் பார்த்த கிராமங்களும் நகரங்களும் இன்றில்லை. அன்றைய சமூக வாழ்க்கை முறையும் இன்றில்லை. அன்றைய மனிதர்களும் அவர்கள் உருவாக்கிய மதிப்பீடுகளும் இப்போது காலாவதியானவை. இந்த நிலையில் அவரது கதைகளுக்கு இன்று கிடைக்கும் இலக்கிய முக்கியத்துவம் என்ன?

இதற்கான பதிலை இவ்வாறு முன்வைக்கலாம். எந்தக் கலைஞனும் தன் படைப்பில் சம காலத்தை அப்படியே சித்தரிப்பதில்லை. இறந்த காலத்தின் மதிப்பீடுகளும் கருத்துகளும் நிகழ்காலத்தில் ஏற்படுத்தும் முரண்களை விளங்கிக்கொள்ளும் வகையிலேயே எதிர்வினையாற்றுகிறான். பழைய மதிப்பீடுகளில் என்றென்றும் மனித மனத்தை விரிவடையச் செய்யும் விழுமியங்களை ஏற்கிறான். ஒடுங்கச் செய்யும் கருத்துகளை விமர்சிக்கிறான்; மீறுகிறான். அவற்றை மறுத்துப் புதிய பார்வையை உருவாக்குகிறான். காலத்தின் கைகளிலிருந்து அவர் தேர்வு செய்வது அன்றாட மினுமினுப்பை அல்ல; நிரந்தரமான வெளிச்சத்தையே. அன்றாடச் சம்பவங்களின் சித்தரிப்பிலும் இந்தப் புலப்படாத ஒளியையே அவன் முதன்மையாக்குகிறான். அதைப் புரிந்துகொள்ளும் பயனாளிக்கு (ரசிகனுக்கு, வாசகனுக்கு) அவன் போற்றத் தகுந்தவனாகிறான். அந்தப் படைப்பாளி நிகழ்காலத்துக்கும் உரியவனாகிறான்.

'இசைப் பயிற்சி' என்ற தி. ஜானகிராமனின் கதை எழுதப்பட்டு அரை நூற்றாண்டுக்கும் மேலாகிறது. எனினும் அது இன்றும் பொருத்தப்பாடு கொண்ட கதையாகவே மிளிர்கிறது. இசைக் கலைஞரான மல்லி தேர்ந்தெடுத்த பிள்ளைகளுக்குப் பாட்டுச் சொல்லிக் கொடுக்கிறார். அவர்களுக்கு அது செவியைத் தாண்டி உணர்வில் ஏறுவதில்லை. ஆனால் அதைக் கேட்டுக் கேட்டு

விற்பன்னனாகிறான் குப்பாண்டி. அவனுடைய ஆர்வத்தை மெச்சி அவனுக்குக் கற்றுக் கொடுக்கிறார். அவர் சார்ந்த சமூகம் அதை முதலில் கேலி பேசுகிறது. பின்னர் எதிர்க்கிறது. மரபான விழுமியத்தையோ நடைமுறைப் பழக்கத்தையோ பொருட்படுத் தாமல் மனித மனத்தின் படைப்புத் திறனை மட்டுமே கவனத்தில் வைத்துக் கொண்ட மல்லி அந்த எதிர்ப்பையும் விலக்கையும் மீறுகிறார். சேரிப் பிள்ளையான குப்பாண்டிக்கு மறு நாள் முதல் வீட்டுக் கூடத்தில் பாடம் கற்றுத் தருவதாக அறைகூவல் விடுக்கிறார். இந்த மரபு மீறலைச் சித்தரிப்பதில் உருவாகும் வெளிச்சம்தான் தி. ஜானகிராமனைக் கலைஞராக்குகிறது. சம கால மதிப்பீட்டை விட மானுட விரிவை வரித்துக்கொள்ளும் உணர்வுதான் இன்றும் பொருத்தப்பாட்டுக்கு உரியதாக்குகிறது.

காலத்தை ஒட்டிய உண்மையைத் தேடும் படைப்பாளி காலத்தை மீறிய ஒன்றையே முன்வைக்கிறான். சமயத்தில் காலத்தை மீறிய ஒன்றையும் இயல்பாகச் சுட்டிக்காட்டவும் செய்கிறான். இதற்கான எடுத்துக் காட்டையும் தி.ஜானகிராமனிடம் பார்க்கலாம். விநோதமான தலைப்பில் அவர் எழுதிய கதை. அன்று ஹாஸ்யக் கதை என்று வெளியிடப்பட்டாலும் இன்று, சமகால அபத்தத்தைக் கூர்மையாக விமர்சிக்கும் படைப்பாகத் தென்படுகிறது.

கணேச சந்திர விஞ்ஞான சாகரன் என்ற அறிவியலாளர் அறியப்படுவது டாக்டர் கோஸ்வாமி என்ற பெயரில். அந்தப் பெயர் ஒரு புராதன் மடத்தின் பீடாதிபதியால் அருளப்பட்டது. அவரது ஆய்வு அபாரமானது. பசுஞ்சாணத்திலிருந்து ரயிலை உருவாக்குவது. அந்தக் கோமய ரயில் இயற்கையானது. வேதத்தின் அடிப்படையில் கட்டப்படுவது. பசுவைக் கொண்டாடும் நாட்டில் அதுதான் உசிதமானது. அதற்காக அரசு கோடிக் கணக்கான ரூபாயைக் கொட்டிக் கொடுக்கிறது. திட்டத்தைக் கேலி செய்பவர்கள் தேச பக்தியற்றவர்கள் என்று அரசால் குற்றம் சாட்டப்படுகிறார்கள். திட்டத்தில் ஊழல் நடந்திருப்பதாகச் சொல்லி முடக்கப்படுகிறது. ஆனால் திட்டத்தின் பெயரால் கட்டடங்களெழுகின்றன. குமாஸ்தாக்களும் அதிகாரிகளும் உருவாகிறார்கள். அவர்கள் செய்யாத வேலைக்கான சம்பள உயர்வுக்காகப் பணி நிறுத்தம் செய்கிறார்கள். பொய்யான கற்பனையை அங்கீகரிக்காதவர்கள் தேசத் துரோகிகளாக மாற்றப்படுகிறார்கள்.

ஐம்பது ஆண்டுகளுக்கு முன்னர் எழுதப்பட்ட கதை இது. இன்று எழுத்துப் பிசகாமல் பொருந்திப் போகிறது. தி. ஜானகிராமன் என்ற எழுத்துக் கலைஞரின் தீர்க்க தரிசனம் என்று இதைச் சொன்னால் தவறா?

தி. ஜானகிராமனை நவீன செவ்வியளாளர் என்று அடையாளம் காணும் விரிவான முயற்சியின் சிறு முன்னெடுப்பு என்று இந்தக் கட்டுரையைக் குறிப்பிட விரும்புகிறேன். தமது இலக்கிய வாழ்நாளில் அவர் எழுதிய கதைகளின் எண்ணிக்கை 151. இவற்றில் சரிபாதிக் கதைகள் இன்றும் வாசிப்பில் பொருள் தருபவை. புதுமை உணர்வு குன்றாதவை. வெவ்வேறு வகைமையிலானவை. அவற்றை நவீன செவ்வியல் ஆக்கங்கள் என்று சிறப்பிப்பது தகும் என்று காலம் இன்று நிரூபித்திருக்கிறது.

பொதுவாகத் தமது கதைகளைப் பற்றி அதிகம் பேச விரும்பாதவர்; பேசாதவர் தி. ஜானகிராமன். ஆனால் அவற்றைப் பற்றிப் பொய்யும் சொல்லியிருக்கிறார் என்பது வியப்புக்குரியது. தமது மூன்று சிறுகதைத் தொகுதிகளின் முன்னுரைகளிலும் அதைத் திரும்பத் திரும்பச் சொல்கிறார். இவையெல்லாம் 'இலக்கண சுத்தமான சிறுகதைகள் என்று சொல்லவில்லை நான். சிறுகதைகள் என்று கூடச் சொல்லவில்லை' ('அக்பர் சாஸ்திரி' முன்னுரை). 'முன்பு ஒரு தொகுதியில் சொன்னதையே மீண்டும் சொல்கிறேன். இவை சிறுகதைகள் என்று சொல்ல நான் துணியவில்லை.' ('யாதும் ஊரே'). 'இவை இலக்கண சுத்தமான சிறுகதைகள் அல்ல' ('பிடி கருணை'). தி. ஜானகிராமன் இன்றிருந்தால் வாசக உரிமை யுடன் கேட்கலாம். 'ஏன் இப்படிப் பொய் சொன்னீர்கள் தி.ஜா, உண்மையான இலக்கியவாதியின் பொய் உண்மையைவிட உண்மையானது என்பதாலா' என்று.

ஆனந்த விகடன் தீபாவளி மலர் 2020

சந்திரப் பிறையின் செந்நகை பொலிக

சீலமும் புத்தியும் தர்மமும் காட்டினன்
சொர்ணத் தீவினன் செவ்வடி பொலிக.
ஞாலமும் அன்பும் ஒன்றெனக் கண்டஎம்
சந்திரப் பிறையின் செந்நகை பொலிக.

நான்கு பதிற்றாண்டுக்கும் மேற்பட்ட இலக்கிய வாழ்க்கையில் ஒன்பது நாவல்களைத் தி. ஜானகி ராமன் எழுதியிருக்கிறார். அவரது எழுத்துகள் மீது பற்றுக்கொண்ட வாசகன் என்ற நிலையில், அந்நாவல் களைத் திரும்பத் திரும்ப வாசித்த அனுபவம் இயல்பாகவே மனதில் ஒரு வகைப்பாட்டை உருவாக்கியுள்ளது. சில நாவல்களைக் கலைப் பெறுமதி மிக்கவை என்றும், சிலவற்றைக் கலையம்சம் குன்றியவை என்றும் வகை பிரித்துள்ளது. தி. ஜானகி ராமன் நாவல்களில் 'மோகமுள், 'அம்மா வந்தாள்', 'மலர் மஞ்சம்', 'மரப்பசு', 'உயிர்த்தேன்' ஆகிய ஐந்தை யும் கலைப் பெறுமதி மிகுந்த படைப்புகளாகக் கருதுகிறேன். தொடர்ந்த மறு வாசிப்புகளுக்குத் தகுதியானவை, ஒவ்வொரு வாசிப்பிலும் புதிய தளத்தை வெளிக்காட்டுபவை, எனது தனி வாழ்க்கை அனுபவங்களைப் பாதிக்கக்கூடியவை, அவற்றுடன் ஒப்புநோக்க உதவுபவை, கலை வாயிலாக அடையும் மகிழ்ச்சியை அளிப்பவை என்று வகைப்பாட்டுக்குக் காரணங்களையும் கண்டடைகிறேன்.

பெரும்படைப்புகளின் உலகில் திளைப்போரிடம் இதுபோன்ற வகைப்படுத்தல் நிகழ்வது தவிர்க்க

இயலாதது. அந்த வாசக இணக்கம் தனக்கு உவப்பானவைகளை மகத்தானவையாகக் கருதுவதனாலேயே, விருப்பத்துக்கு உகந்த ஒரு படைப்பாளியின் பிற ஆக்கங்களையும் புறக்கணிக்கப்பட முடியாதவையாக நிலைநிறுத்துகிறது. அவற்றின் சாயல்களை மகத்தான ஆக்கங்களாகக் கருதப்படும் பிற படைப்புகளில் தேடத் தூண்டுகிறது. அதன் மூலமாக, அந்தப் படைப்பாளியின் கலைப் பெறுமதி பெறாதவை என்று 'ஒதுக்கிய' எழுத்துக்களுக்கும் முக்கியத்துவம் அளிக்கிறது. நம் அந்தரங்க ரசனையை அடிப்படை யாகக் கொண்ட இந்த நடவடிக்கை, ஒருவகையில் இலக்கிய வரலாற்றுடனும் தொடர்புகொண்டதுதான். ஓர் எழுத்தாளர் அவரது படைப்பு வாழ்வில் அடைந்திருக்கும் வளர்ச்சியைப் புரிந்துகொள்ளவும் கலை முதிர்ச்சியை மதிப்பிடவும் இது துணையாகிறது. இலக்கியப் பரப்பில் அவரிடத்தை நிர்ணயிக்க ஏது ஆகிறது. 'உயிர்த்தே'னைத் தி. ஜானகிராமனின் உச்சமான படைப்புகளில் ஒன்றாக, முன்னர் நான் மதிப்பிட்டிருக்கவில்லை. அதை மானசீகப் பட்டியலில் முதன்மை இடம்பெற்ற படைப்பு களில் ஒன்றாகச் சேர்த்து இருக்கவுமில்லை. எனினும், தொடர் வாசிப்புகளில் இந்த விடுபடல் உறுத்தத் தொடங்கியது. 'மோக முள்'ளையும் 'அம்மா வந்தா'ளையும் 'மலர் மஞ்ச'த்தையும் எத்தனை முறை நான் வாசித்திருப்பேனோ, அதற்குச் சற்றும் குறையாத முறை 'உயிர்த்தே'னையும் வாசித்திருக்கிறேன். அந்த வாசிப்புத்தருணங்களில் அவற்றுடன் ஒப்பிட்டும் அவை தந்த அதே வாசிப்பனுபவத்தை எதிர்பார்த்துமே 'உயிர்த்தே'னை வாசித்த பிழை விளங்கியது. மிகவும் முயன்று, இந்த ஒப்பீட்டையும் எதிர்பார்ப்பையும் தவிர்த்து வாசித்த பின்னர், நாவலின் தனித்தன்மைகள் புலப்பட்டன. அவற்றில் முதன்மையானது இதில் தெளிந்து தெரியும் இலட்சியவாத நோக்கு. தி. ஜானகிராமனின் பிற நாவல்களிலிருந்து 'உயிர்த்தே'னைத் தனித்துக் காட்டுவது இந்த இயல்புதான்.

தி. ஜானகிராமன் படைப்புகள் அனைத்தையும் நடப்பியல் சார்ந்தவை என்று ஒற்றைப்பிரிவுக்குள் அடக்கிவிடலாம். சிறுகதை களிலும் நாவல்களிலும் எதார்த்தமான கதை சொல்லலையே அவர் கையாளுகிறார். சோதனை முயற்சி, புதுமை வேட்கை என்று நடப்பியலை மீறிய எதையும் எழுதியதுமில்லை. எதார்த்தத்தை வலுவாக முன்வைப்பதற்காகக் கதைகளில் பின்பற்றும் எளிய உத்திகளைத் தவிர்த்து உருவ ரீதியிலான கசரத்துகள் எதற்கும் அவர் முனைந்ததுமில்லை.நடைமுறை வாழ்வில் நிகழும் சம்பவங்களையே கதைகளாக உருமாற்றுகிறார். எனினும், அவற்றில் உயிர்நாளமாக ஓடுவது இலட்சியவாதம் என்பதை நுட்பமாகக் காணமுடியும். அது அவரது இலக்கியப் பார்வையால் உருவானது. மானுடக் கரிசனையால் செழுமை பெற்றது. சில சமயங்களில் இக்கரிசனம்

கற்பனாவாதத் தோற்றத்தையும் கொண்டதுதான். மனிதர்கள் இயற்கையில் மேலானவர்கள். சூழ்நிலைகளே அவர்களது சேஷ்டைகளுக்குக் காரணம். அந்த மனித சேஷ்டைகளை வியப்புடனும் அனுதாபத்துடனும் சீற்றத்துடனும் பரிவுடனும் பெருமிதத்துடனும் சுட்டிக்காட்டுவதே அவரது படைப்பு நோக்கம். இந்த மனநிலையை இலட்சியவாதம் கொண்டது என்றால், தி. ஜானகிராமனை இலட்சியவாத எழுத்தாளர் என்று கூறலாம். ஆனால், அது செவ்வியல் பண்புகொண்ட படைப்பாளியைக் குறுக்கிப் பார்க்கும் அநீதியாகிவிடலாம்.

குறுக்கீடாக இந்த ஒப்பீட்டை முன்வைக்கிறேன். தி. ஜானகிராமன் நாவல்களில் இலட்சியவாதத்தின் சாயலும் கற்பனைவாதத்தின் கீற்றுகளும் தென்படுகின்றன. கதை மாந்தர்கள் எதார்த்தமானவர்களாகஇருக்கும்போதேஇலட்சியவாதிகளாகவும் கற்பனாவாதிகளாகவும் இயங்குகிறார்கள். ஆனால், அவரது சிறுகதைகளில் இலட்சியவாதத்துக்கு அநேகமாக இடமே இல்லை. கதைக் களங்கள் நடப்புலகிலிருந்து விலகாதவை. பாத்திரங்கள் மண்ணிலிருந்து முளைத்தவர்கள். எனினும், 'உயிர்த்தே'னை இலட்சியவாதம் வெளிப்படையாகத் தென்படும் ஒரே ஜானகி ராமன் நாவல் என்றே கருதுகிறேன். பிற நாவல்களிலும் இலட்சிய வாதத்தின் மங்கலான அடையாளங்கள் இருக்கின்றன. சில பாத்திரங்கள் மேலானது என்று தாம் நம்பும் புள்ளியைச் சென்றடைவதையே வாழ்க்கையாகக் கொள்கிறார்கள். பசிக்கு மிஞ்சிய கடவுள் இல்லை என்று உறுதிகொள்ளும் பவானியம்மாள் ('அம்மா வந்தாள்'), பிரபஞ்சத்தின் சங்கீதத்தில் கரைந்துவிட விரும்பும் ரங்கண்ணா, உடல் இச்சைக்கு மீறிய ஓர் உலகம் இருக்கிறது என்று பாபுவுக்கு உணர்த்தும் யமுனா ('மோகமுள்') – இவர்கள், இக்கூற்றின் எடுத்துக்காட்டுகள். இப்பாத்திரங்கள் அடைய விரும்பும் ஒளிமய நிலைகளும் எதார்த்தத்துக்கு அப்பாற்பட்டவை. பசியே இல்லாத உலகம், இசை மட்டுமே இருப்பான சூழல், சங்கீத ஞானத்தின் தொட்டுவிடக் கூடிய எல்லை – இவையெல்லாம் எதார்த்தத்தின் வரம்பைக் கடந்த கனவுகள்: இலட்சியங்கள். இவற்றை இவர்கள் எட்ட முயல்கிறார்கள். தி. ஜானகிராமனின் எல்லா நாவல்களுக்கும் இந்த இயல்பைப் பொருத்திப் பார்க்க முடியும். அதை அவர் நுட்பமான மாற்றங்களுடன் கையாளுகிறார். பிற நாவல்களில் எதார்த்தமான வாழ்வு மீது இலட்சியவாதம் நிறுவப்படுகிறது. ஆனால், 'உயிர்த்தே'னில் இலட்சியவாதத்தின் மீது எதார்த்தம் கட்டப்படுகிறது. நாவலைத் தனித்துப் பார்ப்பதற்கான முதன்மையான அளவீடு இது.

'உயிர்த்தேன்' நீங்கலான பிற நாவல்களில் இடம்பெறும் இலட்சியவாதம், தனிமனிதர்களை மையமாகக் கொண்டதெனில்,

‘உயிர்த்தே’னில் செயல்படுவது சமூகத்தை மையத்தில் நிறுத்திய இலட்சியவாதம். கிராமத்தின் தன்னிறைவுக்காகவே முக்கியப் பாத்திரங்கள் வினையாற்றுகின்றன. இதைத் தவிர்த்த பிற நாவல்களில் இடம்பெறும் கதைமாந்தர்களில் மையப் பாத்திரங்கள் தவிர மற்றவை, அவற்றின் இயற்கையான குணங்களிலிருந்து அதிகம் விலகிச் செல்வதில்லை. ‘உயிர்த்தே’னில் இடம்பெறும் எல்லாப் பாத்திரங்களும் இயல்பு மாற்றம் அடைகிறார்கள். ஊருக்கு நன்மை விளைக்கும் நடவடிக்கைக்கு முட்டுக் கட்டையாக நின்றவர்கள் எல்லாரும் கதைமுடிவில் மனந்திருந்திய மைந்தர்களாகிறார்கள். இந்தக் காட்சி இலட்சியவாதத்தன்மை மிக்கதுதான். பிற நாவல்களில் அதிகம் இடம்பெற்றிராததும்கூட. இந்த அம்சம், ‘உயிர்த்தே’னைத் தி. ஜானகிராமனின் பிற படைப்புகளிருந்து தனித்துக் காட்டுவது போலவே, அன்று பொது வழக்கிலிருந்த எழுத்துக்களுடன் ஒப்பிட்டுப் பார்க்கவும் தூண்டுகிறது. இந்த நாவல், 1966ஆம் ஆண்டு *ஆனந்த விகடன்* வார இதழில் தொடராக வெளிவந்தது என்ற குறிப்பு, இந்தத் தூண்டுதலுக்கு வலுச்சேர்க்கிறது. அந்தக் கால அளவில் இதழ்களில் தொடராக வெளியான கதைகளுக்கு இலட்சியவாத நோக்கே முதன்மையாக இருந்தது. நாட்டு விடுதலைக்குப் பிந்தைய காலத்தின் தேவையாகவும், வெகுசன இலக்கியத்தின் வணிகச் செலாவணிக்கான தவிர்க்கவியலாத இடுபொருளாகவும் இருந்தது. இந்தப் புறக் காரணிகளை ‘உயிர்த்தே’னில் எளிதாகக் காணமுடியும். புதிய சமூக வாழ்க்கைக்கான அமைப்புகளை உருவாக்கும் முனைப்பிலிருந்த சூழலை இந்த நாவல் பின்புலமாகக் கொள்கிறது வேளாண்மையில் தன்னிறைவு, கூட்டுறவுச் செயல்பாடு, சமூக நல்லிணக்கம் என்ற இலட்சியவாதச் சேர்மானங்கள் இடம் பெறுகின்றன. இச்சேர்மானங்கள் அன்று வெளியாகிப் பிரபலம் பெற்ற நெடுங்கதைகளின் அடிப்படை. இவ்வடிப்படையில் எழுதப்பட்டதுதான் ‘உயிர்த்தேன்’ என்பதை எளிதில் ஊகிக்கலாம். வார இதழில் தொடர்களாக வெளியான கதைகளிலிருந்து இந்த நாவலை மேம்படுத்திக் காட்டுவது, தி. ஜானகிராமனின் கலைப் பிரக்ஞைதான்.

‘அம்மா வந்தாள்’ தவிரத் தி. ஜானகிராமனின் எல்லா நாவல்களும் பத்திரிகைகளில் தொடர்களாக வெளியானவை. எனினும், அவை அன்று நடைமுறையிலிருந்த தொடர்கதை இலக்கணத்துக்கு உட்படாதவை. ஓர் அத்தியாயத்தின் முடிவில் அடுத்த அத்தியாயத்துக்கான தூண்டிலைப் பொருத்தி வைக்காதவை. நாடகீயத் திருப்பங்கள் கொண்டிராதவை. கற்பனையான நிலப்பரப்பைக் காட்டாதவை. பொம்மைப் பாத்திரங்களைச் சித்திரிக்காதவை. செயற்கையான மதிப்பீடுகளை வலியுறுத்தாதவை. சுருக்கமாகச் சொன்னால், வழக்கமான தொடர்கதைகளின்

வழியை ஏற்காதவை. வெளியீட்டு வசதியை முன்னிருத்தி மட்டுமே தொடராக அச்சேறியவை. இவ்வாறு விளக்கமாகப் பேசக் காரணம் இருக்கிறது. தொடர்கதைகளாக வந்தவை. எனவே, தி.ஜானகிராமன் நாவல்கள் மாற்றுக்குறைந்தவை என்ற கருத்தும் இலக்கியச் சூழலில் நிலவுகிறது. அவரது படைப்புகளின் தரநிர்ணயத்துக்கான எடைக்கல்லாகவும் இந்தக் கருத்து அழுத்தம் பெற்றிருக்கிறது. அவர் படைப்புகளை மீண்டும் வாசிக்கும்போது, இக்கருத்து வலுவற்றதாகவே தென்படுகிறது. நாம் இன்று மகத்தானவை என்று பாராட்டி வாசிக்கும் தமிழ் நாவல்கள் பலவும் இதழ்களில் தொடராகவே வெளிவந்தவை என்ற புரிந்துகொள்ளலில், இக்கருத்தை மறுக்கலாம். தொடராக எழுதப்பட்ட நெடுங்கதைகள் என்று இவற்றை வகைப்படுத்தினாலும், தி. ஜானகிராமனின் நாவல்கள் அவருக்கு மட்டுமேயான அடிப்படையான இலக்கியக் கூறுகளைக் கொண்டவை.

தி.ஜானகிராமன் எழுத்துகளின் முதன்மைக்கூறு, அவற்றில் வெளிப்படும் தன்னியல்பு. கதைமாந்தர்கள் தன்னியல்பான வர்கள். அவர்கள் உழலும் சூழலில் எவ்வாறு இயங்குவார்களோ அவ்வாறே இயங்கும் சுதந்திரம் பெற்றவர்கள். ஆசிரியரின் கைச்சரடால் ஆட்டுவிக்கப் படுபவர்களல்லர். இந்தத் தன்னியல்பு காரணமாகவே சிறுபாத்திரங்கள்கூட முக்கியத்துவம் பெறுகின்றன; வாசகக் கவனத்தில் நிலைக்கின்றன. இத்தன்னியல்புதான் பாத்திர உரையாடலிலும் தென்படுகிறது. இவற்றைவிடவும் முக்கியம், ஆசிரியரின் இடையீடு ஒருபோதும் நிகழ்வதில்லை என்பது. வெகுசன எழுத்துகள் விலக்கி வைக்கும் இந்த இலக்கிய இயல்புகளைக் கைவிடாமல் இயங்கினார் என்பதை யோசிக்கும் போது, தி.ஜானகிராமனின் கலைத் திறனை வியக்கத் தோன்றுகிறது.

எப்படைப்பும் காலத்துடனும் இடத்துடனும் மனிதர்களுடனுமான மன வினையிலிருந்தே உருவாகிறது. ஜானகிராமனின் படைப்புகளைப் பொறுத்தமட்டில் இடத்துடனும் மனிதருடனும் அவர் கொண்டிருந்த பிணைப்பே வலுவானது. அவரது ஒன்பது நாவல்களில் 'உயிர்த்தேன்', 'மரப்பசு' ஆகிய இரண்டு மட்டுமே அவை எழுதப்பட்ட காலத்துடன் மிகுந்த அணுக்கம் கொண்டவை. சமகாலப் பிரச்சனைகளைப் பின்புலமாகக் கொண்டவை. பிற நாவல்கள் கடந்துபோன காலத்தை நிகழ்காலத்துக்கு இழுத்து வருபவை. அதனாலேயே சமகாலப் பிரச்சனைகள் மீது அக்கறை கொள்ளாதவர் என்ற வீண்பழியை, அவர் சுமக்க நேர்ந்தது. அவரது முதன்மை அக்கறை, மனிதர்கள் மீதும் அவர்களது செய்கைகள் மேலும் குவிந்திருந்தது. இடமும் காலமும் மாறக்கூடியவை. ஆனால், மனிதக்குணங்கள் அடிப்படையானவை என்ற கரிசனத்திலிருந்தே, அவரது படைப்புகள் எழுகின்றன.

மேற்குறிப்பிட்ட இரண்டு நாவல்களைத் தவிர்த்த மற்ற நாவல்களின் கால, இடப் பின்புலங்கள் அவை எழுதப்பட்ட காலத்திலேயே பெரிதும் மாறிப்போனவை. இன்று அவை வாசிக்கப்படுவதும் நினைக்கப்படுவதும் அவற்றின் மானுட விசாரங்களை முன்னிருத்தித்தான். அக்ரகாரங்களும் வேதப் பாட சாலைகளும் இல்லாமற்போனாலும் அலங்காரத்தம்மாள்களும் ('அம்மா வந்தாள்'), கலப்பு மணத்தில் பிறந்த பெண்ணுக்குத் திருமணத்துக்கான வாய்ப்புகள் கிடைத்தாலும் 'இதற்குத்தானா?' என்று கேட்கும் யமுனாக்களும் ('மோகமுள்'), நிலவுடைமை மரபின் இறுக்கங்கள் தளர்ந்த பின்னும் அண்ணி வேட்கைக்கு அஞ்சும் சட்டநாதன்களும் ('செம்பருத்தி') நிச்சயம் இருக்கக்கூடும். அவர்களின் உளச்செய்கைகள் படைப்புகளில் பேசப்படும். இவற்றில் காலமும் இடமும் மங்கிவிடுகின்றன. ஆனால், சம காலத்தின் எதிர்வினைகளாக எழுதப்பட்ட உயிர்த்தேனும் 'மரப்பசு'வும், இன்னும் காலத்தின் அடையாளத்தை விடாது தக்கவைத்துக்கொண்டிருக்கின்றன. மிகைநவிற்சியாகத் தோன்றக் கூடும்; எனினும், இந்த இரு நாவல்களையும் காலத்தை முன்னுணர்த்தியவை என்று சொல்லலாம்.

தி. ஜானகிராமன் நாவல்களில் வரும் பெண்கள் பொதுவாகச் சாதாரணமானவர்களல்லர். பெண்ணுக்கு என்று சமூகமும் மரபும் வரையறுத்து வைத்திருக்கும் எல்லைகளை மீறுபவர்கள். ஆனால், அதைப் பிரகடனமில்லாமல் செய்பவர்கள். 'உயிர்த்தே'னின் 'செங்கம்மா', ஆண்கள் வகுத்து வைத்திருக்கும் விதிகளை மீறுபவள்தான். எனினும், அதைப் பிரகடனப்படுத்திக் கொள்வதில்லை. அவளைப் போலவே அனுசூயாவும் நியதிகளைக் கேள்வி கேட்பவள்தான். அவளும் தன் நிலையை வலுவாக வெளிப்படுத்துவதில்லை. 'எல்லாரும் மனுஷங்கதானே, எனக்கு எல்லாரையும் அணைச்சுக்கணும் போலத்தான் இருக்கு. எல்லார் கிட்டவும் அப்படி இருக்கறதுக்காகத்தான் நாம பொறந்திருக்கோம்' என்ற சுய வாக்குமூலமாகவே, அந்த நிலை வெளிப்படுகிறது. 'உயிர்த்தேன்' வெளிவந்து ஏறத்தாழப் பதிற்றாண்டுக்குப் பிறகு எழுதப்பட்ட நாவல் 'மரப்பசு'. மையப் பாத்திரமான அம்மணி உரிமை உணர்த்தலைத் தன்னியல்பான ஒன்றாகவும், அதே சமயம் மீறலைப் பிரகடனமாகவும் கொள்கிறாள். இதை நாவல் உருவான காலத்தின் விளைவாகவே கருதுகிறேன்.

1970களை ஒட்டிய கால அளவில்தான் புதிய கருத்தாக்கங்கள் அறிமுகமாயின. அவற்றை ஒட்டி, உலகம் தழுவி நிகழ்ந்த உரையாடல்கள் நமது சூழலிலும் எதிரொலித்தன. பெண் உரிமை குறித்த விவாதமும் அவற்றில் ஒன்று. பெண்ணின் உலகைச் சித்திரிப்பதில் பெரும் அக்கறை காட்டிய படைப்பாளியான

தி. ஜானகிராமன், அதைத் தம் சிந்தனைக்குள் கொண்டுவந்தது பொருத்தமானது என்று யூகிக்கிறேன். சமகால நிகழ்வுகளை அச்சுப் பிசகாமல் படைப்புகளில் இடம்பெறச் செய்தவரல்லர்; எனினும் அந்த நிகழ்வுகளின் சாயலைக் கதையின் போக்கில் பதிவுசெய்தவர். கறுப்பு முக்காடு போட்ட தெருவிளக்குகள் என்று உலக யுத்தத்தையும், நாளிதழ்ச் செய்தியின் வழியாகக் காந்தியின் மறைவையும் ('மோகமுள்'), ஒரு கிண்டலான உரையாடலில் சுயமரியாதை இயக்க அறிமுகத்தையும் ('செம்பருத்தி') சித்தரிக்கிறார். இது காலத்துடன் அவர் ஆற்றும் எதிர்வினை. இதைச் சான்றாகக் கொண்டால், 'மரப்பசு' நாவலின் உருவாக்கம் காலத்துடனான நெருக்கத்தின் விளைவு என்று காணமுடியும். இதை நிறுவுவதற்கு வலுவான ஆதாரத்தை நாவலிலிருந்தே எடுத்துச் சொல்லவும் முடியும். புதிய கருத்தாக்கங்கள் தீவிர விவாதங்களுக்குள்ளான சூழலில் மேற்கோள்களாகச் சொல்லப்பட்ட பெயர்கள், நிகழ்வுகள் நாவலுக்குள் பயன்படுத்தப்படுகின்றன.

'மரப்பசு'வின் ஆரம்ப அத்தியாயத்தில், தன்னையே இவ்வாறு கேள்வி கேட்டுக்கொள்கிறாள் அம்மணி. "நீ யார்? ப்ராய்ட், யுங், காமு, ஸார்த், பிண்ட்டர், அடமோவ், ப்ரெக்ட், அயொனஸ்கு என்று அடுக்குகிற பேர்வழியா?". இந்த வாக்கியத்தில் இடம்பெறும் பெயர்கள் எல்லாமும் எழுபதுகளை ஒட்டிய காலப் பகுதியில், இந்தியச் சூழலிலும் தமிழகச் சூழலிலும் விவாதிக்கப்பட்டவை. இவற்றைத் தம் நாவலுக்குள் எடுத்தாள்வதன் வாயிலாகத் தி. ஜானகிராமன் நிகழ்காலத்துடன் உறவைப் புலப்படுத்துகிறார் என்று தோன்றுகிறது. இது போன்ற செய்கை அவரது முந்தைய நாவல்கள் எதிலும் இல்லை. பின்னர் எழுதிய நாவலிலும் இல்லை. எனவே, இதை வலுவான சான்றாகக் கருதுகிறேன். இதில் கலாச்சாரப் பின்புலத்தின் ஊடாகக் காலத்தை அடையாளப்படுத்துகிறார். 'உயிர்த்தே'னில் சமூக நிகழ்வின் பின்னணியில் காலத்தைப் பதிவு செய்கிறார்.

'உயிர்த்தேன்' நாவலில் சித்திரிக்கப்படும் காலம் விடுதலைக்குப் பிந்தையது. நாடு தனக்கான விதியைத் தீர்மானித்துக்கொள்ள முனைந்திருந்த காலம். விடுதலைப் போராட்டக் காலத்தின் பொது உணர்வாகச் சுதந்திர வேட்கை இருந்தது. வெளிப்படையாகவும் மறைமுகமாகவும் எல்லாப் படைப்புகளிலும் அந்த உணர்வு ஊடுருவியிருந்தது. விட்டு விடுதலையாகி நிற்கும் கனவேக்கம் பரவியிருந்தது. விடுதலைக்குப் பின்னான காலத்தில் அக்கனவு கலைந்து சிதைவதைக் கண்முன் காண நேர்ந்தது. புதிய நடைமுறைகள் பழைய கனவின் தொடர்ச்சி அல்ல என்ற உண்மை அம்பலமானது. இது நுண்ணுணர்வுள்ள ஒரு

படைப்பாளிக்கு அதிர்ச்சி அளிப்பதாக இருந்திருக்கலாம். தன் கையறு நிலையை உணர்த்தியிருக்கலாம். இந்த அதிர்ச்சியும் இழப்பும் படைப்பாளியை நினைவேக்கத்துக்குக் கொண்டு சென்றிருக்கலாம். மேற்சொன்ன இவையெல்லாம் என் வாசக யூகங்கள். ஆனால், அவற்றை நிறுவுவதற்கான சில தடயங்களை நாவலுக்குள்ளிருந்தே திரட்ட முடிகிறது. விடுதலைக்குப் பின்பு சுதந்திரமும் தன்னிறைவுமான வாழ்க்கை மலரும் என்ற நம்பிக்கைக்குப் புதிய சமூகக் கோளாறுகளும் மனிதர்களின் தன்னலப் பேராசைகளும் இடையூறை ஏற்படுத்துகின்றன. கனவு கலைந்த ஏமாற்றத்தில் படைப்பாளிக்கு இரு வழிகள் எஞ்சுகின்றன. ஒன்று: தான் போற்றிய விழுமியத்தைப் பற்றிய நினைவேக்கத்தில் ஆழ்வது. மற்றது: தனக்குப் பழக்கப்பட்ட மையப் பொருளிலேயே முன்நகர்வது. இந்த இரண்டின் சரிவிகிதப் படைப்பாகவே 'உயிர்த்தே'னைப் பார்க்கிறேன். பழைய பொருட்படுத்தத் தகுந்த நன்மரபுக்கான ஏக்கத்தையும் தனக்கு ஆகிவந்த கதைப் பொருளான ஆண் – பெண் விழைவின் மர்மங்களை அலசும் மனப்பாங்கையும் நாவலில் தி. ஜானகிராமன் திறம்படக் கையாளுகிறார்.

மெட்ராசில் பணமும் செல்வாக்கும் நிறைந்த பரபரப்பான வாழ்க்கை நடத்திய பூவராகனுக்கு, ஆறுகட்டி கிராமத்தின் நிம்மதியான வாழ்க்கைமீது நாட்டம் ஏற்படுகிறது. அது அவன் அப்பா சொல்லிச் சொல்லித் திரண்ட கனவு. சொந்த ஊரோடு வாழ வந்தவனுக்கு, முதலில் ஊர் விருந்தாளிக் காட்சியாகக் கவர்ச்சி அளிக்கிறது. "ஜோரான ஊருடா" என்றும் வியக்க வைக்கிறது. ஊர்க் குடிமகனான பின்னர், பின்னமான தோற்றம் காட்டுகிறது. ஊர் பிளவுபட்டுக் கிடக்கிறது. "இருக்கிறது முப்பது வீடு. ஒவ்வொருத்தனும் ஒவ்வொரு மூலையைப் பார்த்துக்கிட்டு முப்பது கட்சி கிளப்பிவிட்டிருக்கான்" என்ற நிலவரமும் விளங்கு கிறது. அப்பாவின் ஆசையிலிருந்து வேர்பிடித்துத் தனக்குள் கனவாக முளைத்த ஓர் ஏக்கத்தை ஊர் முழுக்க நிழல் பரப்பும் விருட்சமாக்கும் செயல்பாட்டை மேற்கொள்கிறான். பூவராகனை மையங்கொள்ளும் நாவலின் இத்தளத்தைப் படைப்பாளியின் நினைவேக்கத்தின் விளைவாகவே எண்ணுகிறேன். முன்னைப் பெருவாழ்வின் நன்மைகளைப் பற்றிய ஏக்கத்தைத் தி. ஜானகி ராமனின் எல்லா நாவல்களிலும் பார்த்திருப்பதால், இதை அவரது இயல்பு என்றே சொல்ல முடிகிறது. பெரும்பாலும் தனிமனிதர்களின் ஏக்கங்கள் தனிமனிதர்களிடமே நிறைவையோ நிறைவின்மையையோ அடையும் வகையில் அவரது நாவல்கள் அமைந்திருக்கின்றன. விதிவிலக்கு 'உயிர்த்தேன்'. தனியொருவனின் கனவு, ஊரின் சுபிட்சம் ஆகிறது. பிற நாவல்களிலிருந்து 'உயிர்த்தேன்' வேறுபட்டது என்று குறிப்பிட இதுவும் காரணம்.

தி. ஜானகிராமன் நாவல்களின் பிரதானத்தளம், மனித உறவுகள் மீதான கவனமே. அந்த அக்கறையின் பகுதியே, ஆண் பெண் விழைவும் அதன் சிக்கல்களும். ஒருவகையில் அப்பகுதியே, அவருக்குப் பழக்கப்பட்ட மையப்பொருளாகக் கருதப்படுகிறது. உயிர்த்தேனும் இதிலிருந்து மாறுபட்டதன்று. பூவராகனுக்குச் செங்கம்மா மீது ஏற்படும் ஆரம்ப ஈர்ப்பும், பழனிவேலுக்கு அவள்மேல் தோன்றும் மாளாக் காதலும் (அல்லது தீராக் காமமா?) நாவலின் இன்னொரு தளத்தைக் காட்டுகின்றன. பிற நாவல்களில் ஆண் பெண்ணிடமும் பெண் ஆணிடமும் கொள்ளும் ஈடுபாடும் விழைவும் காதலும் காமமும் அந்த இரு தரப்பினருக்குள்ளேயே முழுமையடைகின்றன. பாபுவின் வேட்கை யமுனாவை அடைந்ததும் பூர்த்தி ஆகிறது (மோகமுள்). இந்துவின் காதல் அப்புவை வரித்துக்கொண்டதும் முற்றுப் பெறுகிறது ('அம்மா வந்தாள்'). உயிர்த்தேனில் மட்டும்தான் இந்த விழைவு, மனித வாஞ்சையாகப் பேருருவம் கொள்கிறது. செங்கம்மா சூழ்நிலை காரணமாகக் கார்வார் கணேசப்பிள்ளைக்கு மனைவி ஆகிறாள். தன்னுடைய ஈடுபாட்டையும் காதலையும் காமத்தையும் அவருக்கே அளிக்கிறாள். அவளை ஆவேசத்துடன் அடைய நினைக்கும் பழனிவேலிடம், இப்படிச் சொல்கிறாள். "நான் எனக்கு இஷ்டப்பட்டவங்களுக்கோ இஷ்டப் படறவங்களுக்கோ கிடைக்கிற மாதிரி இல்லையே?" அது அவளின் தன்னிலை விளக்கம். ஒருவேளை, அவளுடைய சூழல் வேறாக அமைந்திருந்தால், பழனிவேல் மீது காதல் பிறந்திருக்கவும் கூடும். நாவலின் உச்சத் தருணத்தில், அவளே அவனைத் தேடிச்செல்கிறாள். அவனிடம் ஊர் மீதான பாசத்தின் பேரில், பூவராகனின் தன்னலமற்ற மனப்பான்மையின் சார்பில் விவாதிக்கிறாள். முதலில் அவள் காலில் விழுந்து கும்பிடும் பழனி, பின் அவளை அணைத்துக் கண்களில் முத்தமிடுகிறான். இரும்புப் பிடிக்குள் திமிறும் செங்கம்மா, விருப்பமில்லாமல் அதை ஏற்கிறாள். அவனை உதறிவிட்டு ஓடியிருக்கலாம். கூச்சல் போட்டிருக்கலாம். இவை எதையும் செய்யாது அங்கேயே நிற்கிறாள். அவள் தரப்பில், இரு நியாயங்களைச் சொல்ல முடியும். இக்காம அலைச்சலின் காரண மாகவே, பழனி ஊருக்கு எதிரியாக இருந்திருக்கிறான். ஊரின் நன்மைக்கு முட்டுக்கட்டை போட்டிருக்கிறான். அவன் காமத் தணிப்புக்கு ஒப்புக் கொடுப்பதன் மூலம் ஊருக்கு நல்லது செய்ய முடிகிறது. 'இது இவ்வளவுதான்' எனப் பழனியின் வேட்கையைத் தோல்வி காணச் செய்யவும் முடிகிறது.

இந்தக் கணத்தை 'உயிர்த்தேன்' நாவலின் ஒளிமிக்க கணமாகக் கருதுகிறேன். இயல்பாகவே மனிதர்கள் மீது கரிசனமுள்ள செங்கம்மா கருணை மிகுந்தவளாக மாறும் அற்புதப் பொற்கணம். தற்செயலாகச் செங்கம்மாவுக்கு வாய்க்கும் இந்தப் பொற்கணத்தை

எல்லாப் பொழுதிலும் வெளிப்படுத்துபவளாக வந்துசேர்கிறாள் அனுசூயா. "ஸ்வாமி நமக்கு ஒண்ணே ஒண்ணுதான் கொடுத்திருக்கு. அன்பாயிருக்கச் சொல்லிக் கொடுத்திருக்கு. இது எல்லாருக்கும் எங்கேயும் முடியும்" என்ற அவள் சொற்கள் வெளிப்படுத்துவது அனுசூயாவை மட்டுமல்ல; இச்சொற்களைக் கேட்டுவிட்டு, "நான் உங்க மாதிரி பார்த்தது இல்லே அம்மா" என்கிற கணேசப்பிள்ளையிடம், "பொய். இதோ இருக்கே" என்று செங்கம்மாவைக் காண்பிக்கிறாள். அவள், இன்னொரு நிஜ வடிவத்தை. தி. ஜானகிராமனின் நாவல்களில் இடம்பெறும் ஆண் பெண் விழைவு, அதைக் கடந்தே விரிகிறது. அச்செயல்பாட்டின் துலக்கமான சான்று 'உயிர்த்தேன்'.

சமகாலத் தொடர்புடைய நாவல் என 'உயிர்த்தே'னை நிறுவ, இன்னோர் உதாரணத்தையும் காட்டலாம். ஆறுகட்டி கிராமத்தின் இருப்புக்கும் வீழ்ச்சிக்கும் ஆண்களே காரணம். ஊர்ப்பணத்தைக் கையகப்படுத்தியிருக்கும் பழனிவேலு, அதைத் திருப்பித்தர மறுக்கிறான். திருநாவுக்கரசு வீம்புக்காக விளை நிலத்தைக் கோரை மண்டிய தரிசாகக் கிடக்க விடுகிறான். ஊர்க்காரர்களின் இழுபறியால் கோவில் சிதிலமடைந்து நிற்கிறது. இக்குறைகளைக் களைய முயல்கிறான் பூவராகன். அதற்கு அவன் தேர்ந்தெடுப்பது, 'பிறத்தியாருக்கு உழைக்கவே ஜன்மம் எடுத்த' செங்கம்மாவை. தயக்கத்துடன் ஒப்புக்கொள்ளும் செங்கம்மா, பின் ஊர்த் தலைவியாகவே மாறுகிறாள். கோவில் கும்பாபிஷேகத்துக்கும் கூட்டு வேளாண்மைக்கும் ஆட்களை ஈடுபடுத்திக் காட்டுகிறாள். அதுவரை ஊரைப் பற்றியே அக்கறை காட்டியிராத ஆண்கள் ஊர்ப் பாசம் மிகுந்தவர்களாகிறார்கள். செங்கம்மாவின் தலைமையை மனமார ஏற்றுக்கொள்கிறார்கள்.

பெண்ணிடம் அதிகாரத்தை ஒப்படைப்பதும், இந்த நாவலுக்கு ஆதாரமான நிகழ்வுகளின் காலத்திலும், எழுதப்பட்ட காலத்திலும் அரியதாகவே இருந்திருக்க முடியும். அந்தக் கால அளவில் நடைபெற்ற தேர்தல் பற்றிய தகவல்களிலும் அவ்வாறே காணக் கிடைக்கிறது. ஆனால், பெண் சமூக அதிகாரத்துக்காக உரிமை கோரிய நிகழ்வுகளும் பதிவுபெற்றுள்ளன. ஒரு பெண் பாத்திரத்தைச் சமூகத்தின் மையமாக நிறுவத் தி. ஜானகிராமன் முற்பட்டது இந்தச் சமூக அவதானிப்பிலிருந்துதான் என்று எண்ணுவது காலப் பொருத்தமாகவே தோன்றுகிறது. மேலான படைப்பு அதன் காலத்தைப் பதிவு செய்வதுடன், அதற்கு அப்பாலும் செல்கிறது. வரவிருக்கும் காலத்தின் அடையாளத்தை முன்னுணர்கிறது. இதைப் படைப்பு விளைவுகளில் ஒன்றாகக் கருதினால், 'உயிர்த்தே'னை அத்தகைய ஒரு படைப்பாகவும் சொல்லலாம். 1990க்குப் பின்னர் நடைமுறைக்கு வந்த பஞ்சாயத்து

மோகப் பெருமயக்கு

அமைப்புச் சட்டமும், பெண்களுக்கான இட ஒதுக்கீடும் உருவாக்கிய ஒரு சமூகச் சூழலைத் தேர்ந்த கற்பனையாளர் முன்கூட்டியே யூகித்திருப்பதையும் உணரலாம்.

இந்தப் பெண்ணுயர்வு நிலைதான், பூவராகனுக்குச் செங்கம்மாவிடம் வழிபாட்டுணர்வையும் பழனிவேலுக்கு ஆற்றாமையையும் ஏற்படுத்துகிறது. ஆறுகட்டி கிராமக் கோவில் கும்பாபிஷேகம் செங்கம்மா வழிகாட்டலில் நடக்கவிருப்பதைப் பழனிவேலால் பொறுத்துக்கொள்ள முடிவதில்லை. தான் சொந்தம் கொண்டாடிய, இச்சை கொண்ட ஒருத்தி ஊர் முழுமைக்கும் பிரியமானவளாக மாறுவதை அவனால் ஏற்க முடிவதில்லை. அந்த ஏமாற்றம், தன்னைத் தேடிவந்து தன் அணைப்பில் திணறியும் ஊர்ப் பொதுமைக்காக அதைச் சகித்துக்கொண்ட உறுதி என்ற அந்த இரண்டும் அவனை வீழ்த்துகின்றன. வீழ்ச்சியின் முடிவாகத் தற்கொலை செய்துகொள்கிறான். நான் எல்லாருக்கும் அன்பானவள்; ஆனால் யாருக்கும் உடைமையல்லள் என்று மறைமுகமாகக் காட்டுகிறாள் செங்கம்மா. இது பிரகடனமற்ற அவள் இயல்பு. இதையே வெளிப்படையாக முன்வைக்கிறாள் அனுசூயா. ஒரே குணாம்சத்தின் அகமும் புறமும் அவர்கள் என்பது பொருத்தமாயிருக்கலாம். பிரபஞ்சத்தையே தழுவியணைத்துக் கொள்ளும் பேரன்பு பற்றியே தி.ஜானகிராமன் பேச விரும்புகிறார். அதன் உருவகங்கள்தாம் செங்கம்மாவும் அனுசூயாவும். இந்தச் சித்திரிப்பில் நிறைவு காணாமல்தான் இருவரையும் ஒன்றாக்கிய அம்மணியை 'மரப்பசு'வில் உருவாக்கினாரோ என்னமோ? இவையெல்லாம் 'உயிர்த்தேன்' நாவல் வாசிப்பின் பல்வேறு தருணங்களில் திரண்ட கருத்துகள். இப்போது தொகுத்துப் பார்க்கும்போது சுய வியப்பை அளிக்கின்றன. நாவலுக்குக் கட்டியங்கூறலாகத் தி.ஜானகிராமன் எடுத்தாண்டிருக்கும் செய்யுளின் வரி இது. 'ஞாலமும் அன்பும் ஒன்று.' இந்த ஒற்றை வரி விளக்கமே, 'உயிர்த்தேன்' என்று காண விரும்புகிறேன்; இதில் பொலிவது சந்திரப் பிறையின் செந்நகை என்றும்.

'கனலி' (இணைய இதழ்) – 2021
ஜானகிராமம் – தொகுப்பு 2021

கொம்பில் பழுத்த கனிகள்

தி. ஜானகிராமன் தற்செயலான கட்டுரை யாளர். புனைவெழுத்துக்களில்தான் அவரது கலை மேதைமை துலங்குகிறது. அவர் பெரும் சாதனைகள் நிகழ்த்தியிருப்பது சிறுகதைகளிலும் குறுநாவல்களிலும் நாவல்களிலும்தான். புனைவெழுத்துக்களுடன் ஒப்புநோக்கினால் அரிதாகவே கட்டுரைகள் எழுதியிருக்கிறார். அவரது புனைவல்லாத எழுத்துக்களாக நூல் வடிவில் கிடைப்பவை நான்கு பயணக் கதைகள் மட்டுமே. கரிச்சான்குஞ்சு, சா. கந்தசாமி ஆகியோர் தி. ஜானகிராமனை நினைவுகூர்ந்து எழுதி யிருக்கும் குறிப்புகளில் கட்டுரைகளும் நிறைய எழுதியிருப்பதாகக் குறிப்பிட்டுள்ளனர். ஆனால் வெளிவந்த இதழ்களிலேயே அந்தக் கட்டுரைகள் முடங்கிக் கிடந்தன. அவற்றில் சில 'எதற்காக எழுதுகிறேன்?' 'எழுதுவது எப்படி?' 'சிறிது வெளிச்சம்' முதலான தொகுப்புகளில் இடம்பெற்றுள்ளன. இவை அந்தத் தொகுப்புகளுக்கு என்று எழுதியவை. இவற்றில் முதலிரண்டு கட்டுரைகள் உட்பட, பதின்மூன்று கட்டுரைகள் 'தி. ஜானகிராமன் படைப்புகள் – தொகுதி 2' (ஐந்திணைப் பதிப்பகம், சென்னை)இல் சேர்க்கப்பட்டிருந்தன. இதுவரை வாசிக்கக் கிடைத் திருக்கும் தி.ஜானகிராமனின் கட்டுரைகள் அல்லது புனைவல்லாத எழுத்துக்கள் இவையே. இவற்றுடன் இதுவரை நூல் வடிவம் பெறாத புனைவல்லாத எழுத்துக்கள் இந்தத் தொகுப்பில் முதன்முறையாக இடம்பெறுகின்றன.

தி. ஜானகிராமன் 'சிறுகதைகள் – முழுத் தொகுதி', 'கச்சேரி' (தொகுக்கப்படாத கதைகள்) ஆகிய நூல்களைத் தொகுக்கும் பணிக்காக மேற்கொண்ட தேடலில் அவரது பல கட்டுரைகளும் கிடைத்தன. கதைகள் வெளியான காலத்தையும் வெளியிட்ட பத்திரிகைகளையும் குறித்த தகவல்களை உறுதிப்படுத்த அவை உதவின. சில கதைகளின் பின்னணியை அறியவும் துணை புரிந்தன.

எம்.வி. வெங்கட்ராம் தன்னுடைய *தேனீ* இதழுக்கு எல்லா மாதமும் கட்டாயம் எழுதிக்கொடுக்க வேண்டும் என்ற விருப்பத்தை தி. ஜானகிராமனிடம் தெரிவிக்கிறார். நண்பரின் வார்த்தைக்குக் கட்டுப்பட்டு எழுதிக்கொடுத்தவை தேனீயின் 1948 சித்திரை முதல் புரட்டாசி வரையான இதழ்களில் தொடர்ந்து வெளிவந்தன. கதை, கட்டுரை, நையாண்டிச் சித்திரம் ஆகிய வகைப்பாட்டில் அமைந்தவை இந்த எழுத்துக்கள். அவற்றில் ஒன்றான 'சாப்பாடு' என்ற கட்டுரை ஓர் ஆய்வு நூலில் சிறுகதை என்றே குறிப்பிடப் பட்டிருந்தது. இது கதைத் தேடலில் சிறு குழப்பத்தை ஏற்படுத்தியது. இதுபோன்றே கச்சிதமான சிறுகதையான 'ராஜப்பா', *சிந்தனை* (1948) மாத இதழில் நடைச்சித்திரமாகவே வெளியிடப்பட்டது. அவர் எழுதிய 'அதர்ம சங்கடம்', 'நிழல் நஞ்சு' போன்ற ஓரங்க நாடகங்கள் சிறுகதைகளாகவே இதழ்களில் வெளிவந்துள்ளன.

தி. ஜானகிராமன் சிறுகதைகளைத் தொகுக்கும் பணியில் உபரி விளைவாகவே அவரது கட்டுரைகளைத் தொகுக்கத் தொடங்கினேன். முன்னரே குறிப்பிட்டதுபோலப் புனைவாக்கங் களுடன் ஒப்பிட்டால் கட்டுரைகள் எண்ணிக்கையில் குறைவு என்ற எண்ணமே நிலைத்திருந்தது. தொகுப்புப் பணியில் மும்முரமாக ஈடுபட்டபோதுதான் கணிசமான எண்ணிக்கையில் கட்டுரைகள் எழுதியிருக்கிறார் என்பது புலப்பட்டது. அவற்றில் அதிகமும் வெளியான இதழ்களைக் கடந்து மறுவாழ்வு பெறவில்லை.

ஏற்கெனவே கைவசமிருந்தவையும் தேடலில் கிடைத்தவையு மான தி. ஜானகிராமன் எழுத்துக்கள் எல்லாவற்றையும் சலித்து எடுத்ததில் அவற்றை வகைப்படுத்த முடிந்தது. புனைவுகள் புனைவல்லாதவை என்று பகுப்பது எளிதாக இருந்தது. கதை களிலும் கதைகளாக வெளியிடப்பட்ட நாடகங்களிலும் ஆசிரியரின் இடையீடு இல்லை. தன்மைக் கூற்றாக எழுதப்பட்ட கதைகளில் கதைசொல்லும் முதன்மைப் பாத்திரங்களுக்குப் பெயர் குறிப்பிடப்பட்டிருக்கிறது. ஆசிரியரே கதைசொல்லியாக வரும் கதைகளில் 'தன்' பாத்திரத்துக்கு கைலாசம் என்றே பெயரிட்டிருக்கிறார். 'இக்கரைப் பச்சை', 'அத்துவின் முடிவு' ஆகிய கதைகள் உதாரணங்கள். இயற்பெயரை வெளிப்படுத்தியாக வேண்டிய கதைகளில் பெயரைச் சொல்லாமலே கதையைக்

கொண்டுசெல்கிறார். உதாரணம்: 'யோஷிகி'. இந்த எளிய உபாயம் கதைகளைத் தொகுக்கப் பெருமளவு உதவியது.

தி. ஜானகிராமன் கட்டுரைகளில் அவரது இருப்பும் பார்வையும் குரலும் தெளிவாகவே முன்னிற்கின்றன. நூலிலுள்ள பெரும்பான்மைக் கட்டுரைகளில் அதைக் காணலாம். நேரடி அனுபவம், வாசிப்பு, உணர்வு சார்ந்தே கட்டுரைகளை எழுதியிருக்கிறார். 'ஐந்திணைப் பதிப்பக'த் தொகுப்பில் இடம் பெற்றவையும் கவனத்துக்கு வராமல் இதழ்களில் மட்டுமாக ஒதுங்கியிருந்தவையுமான கட்டுரைகளும் சேர்ந்து இந்த நூல் வடிவம் பெற்றிருக்கிறது.

புனைவாக்கத்தில் தாராளவாதியாகத் தெரியும் தி. ஜானகிராமன் கட்டுரையாக்கத்தில் வரையறைக்கு உட்படுத்திக் கொண்டவராகவே தென்படுகிறார். எண்ணிக்கையில் மட்டுமல்ல; மையப் பொருளிலும் சிக்கனமானவராகவே தோன்றுகிறார். அவரது கட்டுரைகள் அதிகமும் பக்க அளவில் சிறியவை. கட்டுரையின் தொடக்கத்திலேயே எடுத்துக்கொண்ட பொருளுக்கு நேரடியாகச் சென்று கச்சிதமான வார்த்தைகளில் அதை முன்னெடுத்தும் செல்கிறார். பல கட்டுரைகள் இன்னும் சற்று விரிவாக எழுதப்பட்டிருக்கலாமே என்ற எண்ணத்தை அளிப்பவை. மதுரை மணி ஐயரையும் கு.ப. ராஜகோபாலனையும் பற்றி எழுதியவையும் 'சிறுகதை எழுதுவது எப்படி?' கட்டுரையும் இன்னும் கொஞ்சம் எழுதியிருக்கக் கூடாதா என்று வாசகனாக என்னை ஏங்கவைத்தவை. கட்டுரைக்கான பொருள்களும் எண்ணிக்கையில் சுருக்கமானவை. இலக்கியம், கலை, பயணம் ஆகிய பகுப்புகளுக்குள் அடங்கிவிடக்கூடியவை. ஏறத்தாழ நாற்பதாண்டுக் காலம் இலக்கிய உலகில் செயல்பட்டவருக்கு இவ்வளவுதான் சொல்ல இருந்ததா என்ற கேள்வியும் எழுகிறது. இலக்கியத்தின் பெறுமானத்தை நிர்ணயிப்பவர்கள் காலமும் வாசகர்களுமே என்ற நிலைப்பாட்டைக் கொண்டிருந்தவரிடம் இந்தக் கேள்வி செலாவணியாகாத ஒன்றுதான். இலக்கியத்தைப் பற்றிப் பொதுவாகவோ தனது எழுத்தைப் பற்றிக் குறிப்பாகவோ தி. ஜானகிராமன் அரிதாகவே பேசியிருக்கிறார். அவருடைய இயல்பு அது.

இதிலுள்ள கட்டுரைகள் முதன்மையாகப் பொருள்சார்ந்தே நிரல்படுத்தப்பட்டிருக்கிறன. இயன்றவரை காலவரிசையும் கடைப்பிடிக்கப்பட்டுள்ளது. எழுத்து என்ற பிரிவில் தனது எழுத்து அனுபவங்களை முன்னிருத்தியும் பொதுவாகப் படைப்பின் கூறுகள் பற்றியும் குறிப்பிட்ட சில எழுத்தாளர்களின் படைப்புகள் மீதான பார்வையை வெளிப்படுத்தியும் தி. ஜானகிராமன் எழுதிய கட்டுரைகள் இடம்பெறுகின்றன.

படைப்புகளைப் பற்றியோ அவற்றின் தன்மைகள் பற்றியோ தி. ஜானகிராமன் அதிகமாகப் பேசியவர் அல்லர். எனினும் அபூர்வமாக எழுத்தின் அடிப்படை, தரம், பொறுப்பு ஆகியவை குறித்துத் தீவிரமான எண்ணங்களை முன்வைக்கும் சில கட்டுரைகளை எழுதியிருக்கிறார். 'சிறுகதை எழுதுவது எப்படி?', 'படைப்பின் கூறுகள்', 'பொறுப்பும் செட்டும்' ஆகிய கட்டுரைகள் படைப்பாக்கம் பற்றிய அவரது சிந்தனைகளை அடையாளம் காட்டுகின்றன. பிற படைப்புகளைப் பற்றிக் குறைவாகவே எழுதியிருக்கும் ஜானகிராமன் சொந்தப் படைப்புகள் பற்றி அதை விடக் குறைவாகவே எழுதியிருக்கிறார். *நாவல் பிறந்த கதை* என்ற தலைப்பில் 'மோகமுள்' உருவான பின்புலத்தைச் சொல்லும் கட்டுரையை விதிவிலக்காகவே சொல்லத் தோன்றுகிறது.

தனது சமகாலத்தவர்களான எம்.வி.வெங்கட்ராம், பராங்குசம், கிருத்திகா ஆகியவர்கள் பற்றி தி. ஜானகிராமன் எழுதியிருக்கிறார். அவர்களது எழுத்தில் தான் கண்ட சிறப்புகளைச் சொல்கிற அந்தக் கட்டுரைகள் விமர்சன அடிப்படையில் அமைந்தவை என்பதைக் காட்டிலும் பாராட்டுணர்வை வெளிக் காட்டுபவை என்பதே பொருந்தும். குறிப்பாக எம்.வி.வி.யின் எழுத்துகள் பற்றிய ஜானகிராமன் கட்டுரைகள் அந்த வகையிலானவை. நூல்களுக்கு அவர் எழுதியிருக்கும் எல்லா முன்னுரைகளும் பாராட்டுச் சான்றிதழ்கள்தாம்.

தி. ஜானகிராமனின் புனைவல்லாத எழுத்துக்களைத் தொகுப்பது என்ற அடிப்படையில் அவரது முன்னுரைகள், நூல் மதிப்புரைகளும் சேர்க்கப்பட்டுள்ளன. ஆர்வியின் 'அணையா விளக்கு', எம்வி.வெங்கட்ராமின் 'நித்ய கன்னி', இந்திரா பார்த்தசாரதியின் 'ஹெலிகாப்டர்கள் கீழே இறங்கிவிட்டன' ஆகிய மூன்று நாவல்களுக்கும் ஆதவனின் 'இரவுக்கு முன்பு வருவது மாலை', மாலனின் 'கல்லிற்குக் கீழும் பூக்கள்' ஆகிய இரண்டு சிறுகதைத் தொகுப்புகளுக்கும் தி. ஜானகிராமன் முன்னுரை வழங்கியிருக்கிறார். இவற்றில் 'நித்ய கன்னி'க்கு எழுதிய முன்னுரை *இலக்கிய வட்டம்* இதழில் கட்டுரையாகவே வெளிவந்திருக்கிறது, முன்சொன்னதுபோல இந்த முன்னுரைகளிலும் மதிப்புரைகளிலும் வெளிப்படுவது கறாரான இலக்கிய மதிப்பீடுகள் அல்ல; மாறாக தோழமை மிளிரும் பெருந்தன்மையான வாழ்த்துக்கள். ஆதவனின் தொகுப்புக்கு அவர் எழுதியிருக்கும் முன்னுரைக்கு அளிக்கப் பட்டிருக்கும் தலைப்பே 'என் வாழ்த்து' என்பதுதான்.

இதையொட்டிப் பிற்காலச் சம்பவம் ஒன்றை இங்கே குறிப்பிட விரும்புகிறேன். 'காலச்சுவடு பதிப்பகம்' தி. ஜானகிராம னின் எழுத்தைப் பற்றியும் வாழ்க்கை பற்றியும் எழுதப்பட்ட கட்டுரைகளின் தொகுப்பொன்றை வெளியிட 2003ஆம்

ஆண்டு திட்டமிட்டது, தொகுப்புக்காக எழுத்தாளர்கள் சிலர் கட்டுரைகளை எழுதிக்கொடுத்திருந்தார்கள். பல்வேறு காரணங்களால் தொகுப்பு வெளிவர இயலாமற்போனது. இந்தக் கட்டுரைத் தொகுப்புக்கான பணியில் ஈடுபட்டிருந்தபோது சில தகவல்களுக்கான அந்தக் கைப்பிரதிகளைப் பார்வையிட்டேன். கி.ஆ. சச்சிதானந்தம் எழுதிய கட்டுரையில் விவரிக்கப்பட்டிருக்கும் நிகழ்ச்சி தி. ஜானகிராமனின் இலக்கியப் பெருந்தன்மையைப் புரிந்துகொள்ள உதவியது.

கசடதபற இதழைத் தொடங்கி நடத்திய எஸ். ராமகிருஷ்ணன், நா. கிருஷ்ணமூர்த்தி, சா. கந்தசாமி, ம. ராஜாராம் ஆகிய அன்றைய இளைஞர்கள் 1960களின் இறுதியில் தங்களது கதைகளைக் 'கோணல்கள்' என்ற தலைப்பில் நூல் வடிவில் கொண்டு வந்தார்கள். அதன் வெளியீட்டு விழாவில் நூலை வெளியிட்டுப் பேசிய தி. ஜானகிராமன். புதிய இளைஞர்களின் கதைகளை ஆகாசம் முட்டப் புகழ்ந்திருக்கிறார். சச்சிதானந்தத்தின் வற்புறுத்தலின் பேரில் கூட்டத்துக்கு வந்திருந்த சி.சு. செல்லப்பா தி. ஜானகிராமனின் பேச்சு தனக்குப் பிடிக்கவில்லை என்பதைக் காட்டும் பாவனையில் இரு கைகளிலும் முகத்தைத் தாங்கியபடி உட்கார்ந்திருந்ததாக சச்சிதானந்தம் குறிப்பிடுகிறார். நிகழ்ச்சி முடிந்து வெளியேறியதும் ஜானகிராமனிடம் "இந்தக் கதைகளை இவ்வளவு பாராட்டினீர்களே எல்லாக் கதையும் உங்களுக்குப் பிடித்திருந்ததா?" என்று செல்லப்பா ஜானகிராமனிடம் கேட்டிருக்கிறார். "சில கதைகள் பிடித்திருந்தன. சில கதைகள் பிடிக்கத்தான் இல்லை. அதனால் என்ன, புதியவர்கள் ஆர்வத்துடன் இலக்கியத்துக்குள் வந்திருக்கிறார்கள். அவர்களை ஊக்கப்படுத்துவது முக்கியம்" என்பது தி. ஜானகிராமனின் பதில். இதை ஜானகிராமனின் பெருந்தன்மை என்று சச்சிதானந்தம் பாராட்டுகிறார்.

முன்னுரைகளில் மட்டுமல்ல; தி. ஜானகிராமன் எழுதி வெளியான மதிப்புரையிலும் இந்தப் பெருந்தன்மை காணப்படுகிறது. கிடைத்த தரவுகளின் அடிப்படையில் ஒரே ஒரு மதிப்புரை எழுதியிருப்பதை அறியமுடிகிறது. எம்.வி. வெங்கட்ராமின் இரண்டு நூல்களுக்கான அந்த மதிப்புரை *எழுத்து* முதல் இதழில் வெளியாகி உள்ளது. எம்.வி. வெங்கட்ராம் மீது அவர் கொண்டிருந்த பெருமதிப்பை தி. ஜானகிராமனின் முன்னுரைகளும் மதிப்புரையும் எடுத்துக்காட்டுகின்றன. கு.ப. ராஜகோபாலனுக்குப் பின் அவர் வியந்துபோற்றும் ஆளுமை எம்.வி. வெங்கட்ராம் தான் என்பது இருவரது நட்பின் ஆழத்தைக் காட்டுகிறது.

ஆர்வியின் 'அணையா விளக்கு' நாவலுக்கு தி. ஜானகிராமன் எழுதியிருக்கும் முன்னுரை வியந்து பாராட்டுதலுக்கு எடுத்துக் காட்டாகவும் வாசகரை வியப்பில் ஆழ்த்தும் நிலைக்கு

உதாரணமாகவும் அமைந்திருப்பது. எழுதப்பட்ட காலத்தில் நடைமுறையிலிருந்த இலட்சியவாதம் சார்ந்த ஜனரஞ்சகத் தொடர்கதையாகவே இன்று அந்த நாவலைக் காணமுடியும். ஆனால் வேறு எந்தப் படைப்புக்கும் எழுதியிராத வகையில் விரிவாகவும் நுட்பங்களை விளக்குவதாகவுமான நீண்டமுன்னுரையை தி. ஜானகிராமன் அதற்கு அளித்திருக்கிறார். அவரது இலக்கிய இயல்பை அறிந்த வாசகருக்கு இந்த விஸ்தார ஆலாபனை வியப்பை அளிக்கிறது. நண்பர்கள் அல்லது நெருக்கமானவர்களின் நூல்களுக்கே முன்னுரை வழங்கியிருக்கிறார் என்று பார்க்கும்போது அவரது பாராட்டுணர்வுக்கும் ஆச்சரியங்களுக்குமான காரணமும் புரிகிறது.

இலக்கிய விவகாரங்களில் மிதவாதியாகத் தெரியும் தி. ஜானகிராமன் கலை தொடர்பான கருத்துக்களில் தீவிரவாதியாகத் தோற்றமளிக்கிறார். எந்தவித சமரசத்துக்கும் இடம் கொடாமல் தனது ரசனையை முன்னிருத்துகிறார். இசை, நாட்டியம் பற்றிய கட்டுரைகளில் தனது நிலைப்பாட்டை அழுத்தமாக வலியுறுத்து கிறார். அந்தக் கலைகளில் மிக உச்சமான ஒன்றுடன் ஒப்பிட்டே மற்றவற்றை மதிப்பிடுகிறார். 'நாட்டியத்தை இரண்டாகப் பிரிக்க லாம். ஒன்று பாலசரஸ்வதியின் நாட்டியம். இன்னொன்று மற்றவர்களின் நாட்டியம்' என்ற வரிகள் உதாரணம். இசையிலும் நாட்டியத்திலும் செவ்வியல் மட்டத்தை எட்டாதவற்றைக் குறைவானவையாகவே கருதுகிறார். பாலசரஸ்வதி, மணி அய்யர், திருவாலங்காடு சுந்தரேசய்யர் ஆகிய கலைஞர்களையே முன்னுதாரணங்களாக நிறுத்துகிறார். அவர்களது கலை இயல்பு களையும் நுட்பங்களையுமே கலைஞர்களை எடைபோடுவதற்கான அளவீடுகளாகவும் பயன்படுத்துகிறார். இந்தக் கலைஞர்கள் தமது கலையின் இலக்கணத்தைப் பயின்றவர்கள். அது உருவாகிவந்த மரபை அறிந்தவர்கள். தங்கள் கலைத் திறனால் அதை மீறவும் முயற்சித்தவர்கள். பாடாந்தரமான முறையைவிடச் சுதந்திரமான போக்குக்கே தங்களை ஆட்படுத்திக்கொண்டவர்கள். கலையின் கணக்குச் சுத்தத்துக்கு முன்னுரிமை கற்பிக்காமல் உணர்வுநிலைக்கு முதன்மையளித்தவர்கள். எழுத்துக் கலையில் தி. ஜானகிராமன் செய்திருப்பதும் அதைத்தானே? எனவேதான் அவர்கள்மீது தனியான வாஞ்சை கொண்டார் என்று எண்ணுகிறேன். சமகாலக் கலைஞர்களை மட்டுமல்ல; காலத்துக்கு அப்பாலிருக்கும் கலைஞர்களையும் இந்த அளவீடுகளாலேயே மதிப்பிடுகிறார். 'நெகிழ்ச்சி' கட்டுரையில் தியாகய்யர், முத்துசாமி தீட்சிதர் ஆகிய இரு வாக்கேயகார்களின் கிருதிகளை ஒப்பிடுவது இதற்குச் சிறந்த எடுத்துக்காட்டு.

ரசனை, அனுபவம், விமர்சனம் ஆகிய கோணங்களில் அணுகி எழுதப்பட்டவை தி. ஜானகிராமனின் இசைக் கட்டுரைகள்.

இசையில் தேர்ச்சி பெற்றவர், எனவே அவரது கருத்துக்கள் வெறும் ரசனை ததும்பும் சிலாகிப்புகளாக இல்லாமல் கர்நாடக சங்கீத்தின் நுணுக்கங்களைச் சுட்டிக்காட்டும் காத்திரமான அலசல்களாக உருவாகின்றன. கூடவே இசைக் கலையின் உச்சங்களையும் சரிவுகளையும் விவாதிக்கவும் செய்கின்றன. கலைஞர்களின் குறையையும் அடையாளம் காட்டுகின்றன. மணி அய்யரின் சங்கீதத்தை வானளாவப் புகழும் அதே சமயம் அவரது துரிதகாலப் பாடும் முறையைப் பற்றியும் குறிப்பிடுகிறார். நவாவரணக் கீர்த்தனைகளை விளம்ப காலத்தில் பாடினால் காதுக்கு அணியாகும் என்று இதமாகச் சுட்டிக் காட்டுகிறார். இசைக்குச் சாகித்தியம் பிரதானமில்லை என்ற விதாண்டாவாத நிலையால் பாரதி பாடல்கள் துக்கடாவாகப் பாடப்படுவதைப் பற்றிச் சினம் கொள்ளுகிறார். கர்நாடக இசைப்பாடகர்கள் குரல்வளத்தைப் பேணுவதில் இந்துஸ்தானி இசைக்கலைஞர்கள்போல அக்கறை காட்டுவதில்லை என்ற ஆதங்கத்தை வலியுறுத்திச் சொல்கிறார். இவை வெறும் இசை ரசிகனின் வார்த்தைகளில் அல்லாமல் துறைசார்ந்த நிபுணரின் பொருள்பொதிந்த சொற்களிலேயே முன்வைக்கப்படுகின்றன. அது அவரது இசைப் பின்புலத்தையும் தேர்ச்சியையும் காட்டுகின்றன. ஜானகிராமனின் சங்கீத ஞானம் இசைக் கலைஞர்களால் அங்கீகரிக்கப்பட்டது என்பதை அடிக்கோடிட்டுக் காட்டவே தி.ஜானகிராமனைப் பற்றி வயலின் மேதை லால்குடி ஜெயராமன் எழுதிய குறிப்பைப் பின்னிணைப்பில் கொடுத்திருக்கிறேன்.

இசை குறித்த தி. ஜானகிராமன் கட்டுரைகளில் இலக்கிய ஆர்வலனாகவும் இசை ரசிகனாகவும் என்னைக் கவர்ந்த அம்சம் ஒன்று இருக்கிறது. அது இசைக் கட்டுரைகளில் இலக்கியக் கலைச்சொற்களையும் உதாரணங்களையும் பயன்படுத்துவதும் இலக்கியக் கட்டுரைகளில் இசைத்துறைச் சொற்கள் வாயிலாகவும் சங்கீதக் குறிப்புகள் வாயிலாகவும் விளக்குவதும். இந்தப் பரிமாற்றம் கட்டுரைகளை நுட்பமாகவும் ஆழமாகவும் புரிந்துகொள்ளத் துணைபுரிகிறது. கட்டுரைகளைக் காட்சியனுபவமாக்குகிறது. இலக்கியம், இசை இரு துறைகளிலிருந்து எடுத்தாளுவதைப்போல அவர் கையாளும் இன்னொரு துறை சமையல். அவரே கட்டுரை யொன்றில். ‘என்ன, சமையல் உபமானமாகவே இருக்கிறதே என்று கேட்கிறீர்களா? முன் ஜன்மத்தில் தவசிப்பிள்ளையாக இருந்தேனோ, என்னவோ, யார் கண்டார்கள்?’ என்று அவரே தற்பகடியும் செய்கிறார். எதுவானாலும் அந்தச் ‘சமையல் குறிப்புகள், வாசிப்பில் ருசியைக் கூட்டவே செய்கின்றன.

‘எட்டிஃபி’ என்ற தலைப்பில் தொகுப்பில் சேர்க்கப்பட்டிருக்கும் சினிமா விமர்சனக் கட்டுரை என்னை வியப்பில் ஆழ்த்திய ஒன்று. கூடவே கண்டுபிடிப்பாளனின் பெருமிதத்தையும்

அளித்தது. இலக்கியத்திலும் பிற கலைகளிலும் செவ்வியல் நோக்குக் கொண்டவராக நான் எண்ணியிருந்த தி. ஜானகிராமன் திரைப்படக் கட்டுரைகள் எழுதியிருப்பார் என்பது ஊகத்துக்கு அப்பாற்பட்டது. 'நாலு வேலி நிலம்' படத்துக்குத் திரைக்கதை, உரையாடல் எழுதியிருக்கிறார். திரையுலகம் தொடர்பான சில சிறுகதைகளையும் (மணம், உண்டைவெல்லம், கோவிந்தராவின் மாப்பிள்ளை ஆகியவை) எழுதியிருக்கிறார். எனினும் சினிமா விமர்சனம் எழுதியிருப்பார் என்று நம்ப இயலவில்லை. எழுதியவர் பெயர் குறிப்பிடப்படாமல் வெளியான அந்தக் கட்டுரைகள் தி. ஜானகிராமன் எழுதியவை என்று கண்டுபிடித்ததே சுவாரசிய மான அனுபவம்.

புதுதில்லியில் 1981 ஜனவரி முதல் வாரம் எட்டாவது உலகப் படவிழா நடைபெற்றது. விழாப் படங்களைப் பற்றிய விமர்சனக் கட்டுரைகளை *சாவி* வார இதழ் பிப்ரவரி 2,9,16,23 தேதியிட்ட இதழ்களிலும் மார்ச் 2ஆம் தேதி இதழிலும் தொடராக வெளியிட்டது. எழுதியவர் பெயர் 'சா மா' என்று கொடுக்கப்பட்டிருந்தது. அன்று திரைப்படப் பார்வையாளனாக வேட்கையுடன் அலைந்துகொண்டிருந்தேன். கோவையில் நண்பர்களுடன் இணைந்து தொடங்கிய திரைப்படச் சங்கமான 'தர்சனா'வின் பொறுப்பாளர்களில் ஒருவனாகவும் செயல்பட்டிருந்தேன். தேடித் தேடிக் கலைப்படங்களைப் பார்ப்பதும் அவற்றைப் பற்றிப் பேசுவதும் வாடிக்கையாக இருந்த உற்சாக தினங்கள் அவை. சாவியில் வெளியான பட விழாக் கட்டுரைகள் ஆர்வத்தை மிகச் செய்தன. கட்டுரைகள் வெளியான பத்திரிகைப் பக்கங்களைக் கிழித்துத் தனியாகச் சேகரித்தும் வைத்திருந்தேன். அவற்றைத் திரும்பத் திரும்ப வாசித்தபோது எழுத்துநடை தி. ஜானகிராமனுடையது என்ற எண்ணம் வலுப்பட்டது. சா மா வேறு யாருமல்லர், தி. ஜானகிராமன்தான் என்று அவரது கதைகளை வாசித்திருந்த பழக்கம் சாட்சி சொன்னது. சந்தேக நிவர்த்திக்காகப் பத்திரிகை அலுவலகத்துக்குக் கடிதமும் எழுதினேன். பதில் வரவில்லை. ஜானகிராமன்தான் சா மாவா என்ற குழப்பத்துக்கும் அவர்தான் சா மா என்ற முடிவுக்கும் இடையில் பல ஆண்டுகள் கழிந்தன. சாவி இதழுடன் தொடர்புடைய சிலரிடம் விசாரித்தும் சரியான பதில் கிடைக்கவில்லை. இதற்கிடையில் இடமாற்றங்களால் கைவசம் பாதுகாத்திருந்த சா மா கட்டுரைகள் தொகுப்பு காணாமற் போயிற்று. ஆனால் அப்படி ஒரு கட்டுரைத் தொடர் வந்ததையும் அது வெளியான ஆண்டையும் ஞாபகம் வைத்திருந்தேன். தி. ஜானகிராமன் கட்டுரைகளைத் திரட்டும் பணியில் அந்தக் கட்டுரைகளையும் தேடினேன். அதிர்ஷ்டவசமாக ரோஜா முத்தைய்யா ஆய்வு நூலகத்தின் வாயிலாகப் பழைய *சாவி* இதழ் பிரதிகளைப் பார்வையிடவும் குறிப்பிட்ட கட்டுரைகளின் நகலைப்

பெறவும் வாயத்தது. எனினும் சா மா – தி.ஜா. புதிர் விடுபடாமலே இருந்தது.

தி. ஜானகிராமன் நூற்றாண்டையொட்டி குவிகம் இலக்கிய வாசல் அமைப்பு 2021 ஏப்ரல் 25 அன்று இணையவழி அளவளாவல் நிகழ்ச்சியை நடத்தியது. அதில் பங்கேற்றுப் பேசிய திருப்பூர் கிருஷ்ணன் தில்லியில் நடைபெற்ற திரைப்பட விழாவில் *தினமணி கதிர்* வார இதழ் சார்பில் அவரும் சாவி இதழ் சார்பில் தி. ஜானகிராமனும் கலந்துகொண்டதைக் குறிப்பிட்டார். எட்டிஃபி என்ற தலைப்பில் தில்லி உலகப்பட விழா விமர்சனக் கட்டுரைகளை எழுதியவர் தி. ஜானகிராமனே என்பது சந்தேகத்துக்கு இடமின்றி நிரூபணமானது. எனினும் சந்தேகம் துளியும் மிஞ்சக்கூடாது என்று கட்டுரைப் பிரதிகளை 'இது தி. ஜானகிராமன் எழுத்து என்பதில் எனக்குக் கொஞ்சமும் சந்தேகமில்லை. நீங்கள் ஒருமுறை வாசித்துச் சொன்னால் உறுதியாக இருக்கும்' என்ற குறிப்புடன் ஜானகிராமன் புதல்வி உமாசங்கரிக்கு மின் அஞ்சலில் அனுப்பினேன். 'சந்தேகமே வேண்டாம். இது அப்பாவின் விமர்சனங்கள்தாம்' என்ற உமாவின் பதில் புதிரை விடுவித்தது. எனக்குள் ஓர் ஆர்க்கிமிடீஸ் துள்ளலை ஏற்படுத்தியது. அவரே தொடர்ந்து சொன்னதுபோல் 'அவர் ஏன் தன் பெயரைப் பயன்படுத்தவில்லை என்று தெரியவில்லை'.

தி. ஜானகிராமன் சினிமாக் கட்டுரைகளும் எழுதியிருக்கிறார் என்ற செய்தி பரவசத்தைக் கொடுத்தது. கட்டுரைகளில் வெளிப்படும் கூர்ந்த பார்வையும் சமூக விமர்சனமும் அவருடைய ஈடுபாட்டைக் காண்பித்தன. தொகுப்பில் 'யானை எய்த வேலி'யின் இனிமையை எனக்கு அளித்தவை இந்தக் கட்டுரைகள்.

தமிழில் முன்னுதாரணமாகக் கருதக்கூடிய பயணக் கதைகளை எழுதியவர் தி. ஜானகிராமன். சுற்றுலாப் பயணியின் வேடிக்கைப் பார்வையைக் கடந்து எழுத்தாளனின் நுட்பமான கண்ணோட்டத்தில் அனுபவங்களைப் பகிர்கிறார். அவரது பயண நூல்களில் காணப்படும் இந்தப் பாங்கைச் சிறு விவரணைகளாக எழுதப்பட்ட 'கீழவிடயல்', 'நம் மொதேரா' ஆகியவற்றிலும் பார்க்கலாம். *கணையாழி* இதழில் அந்தமானைப் பற்றிய தொடராக அறிவிக்கப்பட்ட 'காலா பாணி' ஒரு இதழுடன் முடிவடைந்திருக்கிறது. வாசகர்களுக்கு இழப்பு அது.

நீண்டகாலம் வானொலியில் கல்வி ஒலிபரப்பாளராகப் பணியாற்றியவர் தி. ஜானகிராமன். அந்தப் பின்னணியில் ஆங்கிலத்தில் பல கட்டுரைகளை எழுதியிருக்கிறார். ஆனால் அவை கிடைப்பதற்கரியவையாக இருக்கின்றன. 'முடக்கம் நீங்க' என்ற கட்டுரை வானொலியை எவ்வாறு கல்வி கற்பிக்கப் பயன்படுத்த முடியும் என்பதை விரிவாக விளக்குகிறது. கேட்பறிவின் இடத்தில்

காணறிவு பரவலாகிவரும் இன்று இந்தக் கட்டுரையின் கருத்துக்கள் முக்கியத்துவம் கொண்டவையாகத் தோன்றுகின்றன.

தி. ஜானகிராமன் சிறுகதைகளைத் தொகுப்பதில் எதிர்கொண்ட இடர்களுக்குச் சற்றும் குறையாத சிரமங்கள் கட்டுரைகளைத் தொகுப்பதிலும் நேர்ந்தன. கதைகளைப் பொறுத்தவரை தலைப்பு, வெளியிட்ட இதழ், வெளியான ஆண்டு ஆகிய தகவல்களாவது கிடைத்தன. ஆனால் கட்டுரைகள் குறித்த தகவல்களைத் திரட்டுவது கடினமாகவே இருந்தது. தன்னுடைய எழுத்துக்களை முறையாகப் பாதுகாக்கும் பழக்கமில்லாதவர் தி. ஜானகிராமன் என்ற உண்மையை 'கச்சேரி' தொகுப்புக்கான பணியில் உணரமுடிந்தது. கட்டுரைகளையும் வரிசைப்படுத்திச் சேகரித்து வைக்கவில்லை என்ற உண்மையைக் கட்டுரைகளைத் திரட்டும்போது அறியமுடிந்தது. 'முன்னோடிகள் செய்யாத ஒன்றை நான் செய்துவிடவில்லை' என்று அவையடக்கம் காக்கும் எழுத்தாளரிடம் இந்தத் தனியுரிமைப் பாதுகாப்பை எதிர்பார்ப்பதும் நியாயமில்லை. ஆனால் ஏறத்தாழ நான்கு பதிற்றாண்டுக் காலம் எழுத்தில் ஈடுபட்டிருந்தவரின் படைப்புகளை, குறிப்பாக எல்லாத் தரப்பினராலும் ஏற்றுக்கொள்ளப்பட்ட எழுத்தாளரின் கலைமேன்மை கொண்ட படைப்புகளை ஆவணப்படுத்தாமல் விட்டிருப்பது நமது அக்கறையின்மைக்குச் சான்று. 'என்னிடம் தகவல்கள் இருக்கின்றன. ஆனால் கொடுக்கமாட்டேன், போ' என்று அந்தப் புதையலைக் கட்டிக்காக்கும் இலக்கியப் பூதங்கள் 'பரந்த நோக்கு'க்கு அத்தாட்சி. இந்த இடையூறுகளைக் கடந்தே கட்டுரைகள் திரட்டப்பட்டன. நூலாகத் தொகுக்கப்பட்டுள்ளன. தொகுக்கப்பட வேண்டிய கட்டுரைகள் இன்னும் இருக்கின்றன என்பதை இந்தப் பணி உணர்த்தியிருக்கிறது.

'மோகமுள்' மலையாள மொழியாக்கத்தில் இடம்பெற்றிருப் பதும் வித்யா சங்கரின் ஆங்கில நூலுக்கு எழுதியதுமாகிய இரண்டு முன்னுரைகளின் தமிழாக்கங்கள் இந்தத் தொகுப்பில் சேர்க்கப்பட்டுள்ளன. முன்னது தி. ஜானகிராமன் தமிழில் எழுதி சி.ஏ. பாலனால் மலையாளத்தில் மொழிபெயர்க்கப்பட்டதன் தமிழாக்கம். 'மோகமுள்' காலச்சுவடு பதிப்பிலும் பின்னிணைப்பாகக் கொடுக்கப்பட்டுள்ளது. இரண்டாவது ஆங்கிலத்திலிருந்து தமிழாக்கம் செய்யப்பட்டது. இந்த இரண்டையும் மொழியாக்கம் செய்தது சவாலான அனுபவம். தி. ஜானகிராமன் படைப்புகளில் பயிலும் சொற்களைத் தேடியெடுத்து அவரது நடையை உருவாக்க முயன்றது நிறைவை அளித்தது.

தொகுப்பில் சேர்க்கப்பட்டுள்ள கட்டுரைகளை பெரும்பான்மையும் எவ்வாறு இதழ்களில் வெளியாயினவோ அதே வடிவத்திலேயே கொடுத்திருக்கிறேன். அச்சுப்பிழைகளை நீக்கியதும் சில தகவல்பிழைகளைக் களைந்ததும் மட்டுமே தொகுப்பாளனின் பணி. இயன்றவரை மூலபாடத்தின் நடையை அப்படியே நிலைநிறுத்த முயன்றிருக்கிறேன். தி. ஜானகிராமன் எழுதிய காலத்தில் பின்பற்றிய மொழிவழக்கை மாற்ற விரும்பவில்லை. உதாரணமாக, வித்யாசம் என்றே அவர் பயன்படுத்துகிறார். அதை வித்தியாசம் என்று நவீனப்படுத்த முனையவில்லை. அப்படியே ஏற்றுக்கொண்டிருக்கிறேன். கட்டுரைகளில் சிலவற்றுக்கு மட்டும், தொகுப்பாளனின் அனுமதிக்கப்பட்ட சலுகையைப் பயன்படுத்தித் தலைப்புகள் இடப்பட்டுள்ளன. அவையும் கட்டுரைகளிலிருந்தே எடுக்கப்பட்டவை. தி. ஜானகிராமனின் சொற்களிலேயே அமைந்தவை.

கட்டுரைத் தொகுப்புக்கு வலுவூட்டும் என்ற நோக்கிலேயே பின்னிணைப்புகள் கொடுக்கப்பட்டுள்ளன. இசையிலும் வடமொழி இலக்கியத்திலும் புலமை மிக்கவர் என்று பாராட்டப் படுபவர் ஜானகிராமனின் தந்தையார் தேவங்குடி தியாகராஜ சாஸ்திரிகள். அதை எடுத்துக்காட்டவே அவரது கட்டுரை இணைக்கப்பட்டிருக்கிறது. தி. ஜானகிராமன் அளித்திருக்கும் நேர்காணல்கள் எண்ணிக்கையில் மிகக் குறைவு. பேட்டிகளில் அவர் விரிவாகப் பேசியதும் குறைவு. *தீபம்* இதழில் வெளிவந்த எழுத்தாளர்களின் பேட்டித் தொடரில் மட்டுமே தனது பின்புலத்தையும் படைப்பு அனுபவங்களையும் பற்றிச் சற்று அதிகமாகப் பேசியிருக்கிறார். நூலின் பின்னிணைப்பில் அந்த நேர்காணலைச் சேர்த்ததன் காரணம் அதுவே.

'ஐந்திணைப் பதிப்பக'த் தொகுப்பில் இடம்பெற்ற கட்டுரை களைத் தவிர மற்றவற்றைப் பலரும் தேடிக் கண்டெடுத்துக் கொடுத்தார்கள். தி. ஜானகிராமன் சிறுகதைகள் முழுத் தொகுப்புப் பணியின்போது ஆ.இரா. வேங்கடாசலபதி *தேனீ* இதழில் வெளியான ஆக்கங்களைக் கண்டெடுத்து உதவினார். அவற்றுள் 'சாப்பாடு' கட்டுரையும் ஒன்று. *திட்டம்* இதழில் வெளியான 'முடக்கம் நீங்க' கட்டுரையை பொன். தனசேகரன் அளித்தார். எட்டாவது உலகத் திரைப்பட விழா கட்டுரைகளை *சாவி* இதழிலிருந்து பெற கிருஷ்ணபிரபு துணைபுரிந்தார். ராணி திலக் 'சென்னை சங்கீதம், கட்டுரையைக் கண்டுபிடித்துக் கொடுத்தார். *எழுத்து முதல்* இதழில் வெளிவந்த எம்.வி.வெங்கட்ராம் நூல்கள் மீதான மதிப்புரையை அழிசி சீனிவாச கோபாலன் அளித்தார். கே.என். செந்தில் உதவினார். 'ஹெலிகாப்டர்கள் கீழே இறங்கி

விட்டன' நாவலுக்கான முன்னுரையை ஹரன் பிரசன்னா அளித்து உதவினார். தன்னுடைய சிறுகதைத் தொகுப்புக்கு தி. ஜானகிராமன் எழுதிய முன்னுரையையும் தான் அவரைக் கண்ட 'எனக்கு ஈஃபில் டவர் முக்கியம் அல்ல' நேர்காணலையும் மாலன் தந்தார். இலக்கியச் சிந்தனை தொகுப்பான 'பசி'யின் முன்னுரையை கல்யாணராமன், களந்தை பீர்முகம்மது, மீ. விசுவநாதன் மூவருமே கண்டெடுத்துக் கொடுத்தார்கள். வித்யா சங்கரின் 'கர்நாடக சங்கீதம் – கலையும் விஞ்ஞானமும்' ஆங்கில நூலுக்கு தி. ஜானகிராமன் எழுதிய முன்னுரை குறித்து லலிதாராம் எடுத்துச்சொல்லி அனுப்பி உதவினார். அதன் தமிழாக்கத்தையும் சரிபார்த்துக் கொடுத்தார்.

தி. ஜானகிராமன் 'சிறுகதைகள் – ஒரு திறனாய்வு' நூலில் அதன் ஆசிரியர் டாக்டர். பழ. முத்து வீரப்பன் பிற எழுத்தாளர்களின் நூல்களுக்கு ஜானகிராமன் எழுதிய முன்னுரைகள் என்ற பட்டியலைக் கொடுத்திருக்கிறார். அதில் மாலனின் சிறுகதைத் தொகுப்பு நீங்கலாக நான்கு நூல்களைக் குறிப்பிட்டிருக்கிறார். (மாலனின் நூல் பழ. முத்துவீரப்பன் ஆய்வை அளித்த 1983இல் வெளிவரவில்லை.) ஆர்வியின் 'செங்கமலவல்லி' என்ற நூலுக்கு முன்னுரை அளித்திருப்பதாக உள்ளது (மேற்சொன்ன நூல், பக்: 343.) அந்தத் தகவலை வைத்துத் தேடினேன். நூலை வெளியிட்ட 'வானதி பதிப்பகம்' 'செங்கமலவல்லி' பதிப்பிலேயே இல்லை என்று கைவிரித்தது. பரிசல் செந்தில்நாதன் விசாரிப்புக்குத் துணை நின்றார். பழ. அதியமான் உதவ முன்வந்தார். ஆர்வியின் மகள் கீதாவுடன் தொடர்புகொண்டு விசாரித்தார். 'செங்கமலவல்லி'க்கு ஆர்வியே முன்னுரை எழுதியிருப்பதாக கீதா தெரிவித்தார். தகவல் பிழையால் சுணக்கம் ஏற்பட்ட நிலையில் மதுரை வாசகர் சரவணன் சரியான தகவலை அளித்தார். தி. ஜானகிராமன் முன்னுரை எழுதியிருப்பது ஆர்வியின் 'அணையா விளக்கு' நாவலுக்கு என்று குறிப்பிட்டதுடன் அதன் படியையும் அனுப்பித் தந்தார்.

தேனீ, சாவி இதழ்களில் வெளியான கட்டுரைகளைச் சென்னை, ரோஜா முத்தைய்யா ஆய்வு நூலகச் சேகரிப்பிலிருந்தும் சிவாஜியில் வெளிவந்த இசை விமர்சனக் கட்டுரையைக் கும்பகோணம், சிவகுருநாதன் செந்தமிழ் நூலகத்திலிருந்தும் *தீபம்* இதழ் பேட்டியை சென்னை, கன்னிமரா பொது நூலகம் வழியாகவும் பெற்றிருக்கிறேன். இதற்கு இசைவு தந்து உதவியவர்கள் அனைவரையும் நன்றியுடன் நினைவுகூர்கிறேன்.

மேற்குறிப்பிட்ட ஒவ்வொருவருடைய பங்களிப்பும்தான் இந்தத் தொகுப்பு வடிவம் பெறப் பேருதவியாக அமைந்தது. சிலர் உரையாடல் வாயிலாக வழிகாட்டினார்கள். உமா சங்கரி, திருப்பூர்

கிருஷ்ணன், மாலன், விக்கிரமன் கண்ணன், பழ. அதியமான், கீதா, லலிதா ராம், அன்னம் கதிர், பொன். தனசேகரன் முதலானவர்களுடன் அவ்வப்போது மேற்கொண்ட உரையாடல்கள் மிகுந்த பயனை அளித்தன.

தி. ஜானகிராமன் கதைகளைத் திரட்டும் வேலையுடனேயே அவரது கட்டுரைகளைத் தேடும் முயற்சியும் நடந்தது. முதலில் கதைகள், அப்புறம் கட்டுரைகள் என்று தீர்மானித்திருந்தேன். நூல்வடிவில் வராத கதைகளின் தொகுப்பான 'கச்சேரி' (2020) வெளிவந்த பின்னரே கட்டுரைகளைத் தொகுக்கும் பணி விரைவு பெற்றது. இந்தப் பணியில் கணிசமாகப் பங்காற்றியவர் ஹெமிலா. ஒளிநகல்களிலிருந்தும் பழைய பத்திரிகைகளிலிருந்தும் கிடைத்த பிரதிகளைக் கணினிப்படிகளாக மாற்றினார். துண்டு துக்காணியாகக் கிடைத்த தாள்களையும் பொடிந்துவிழும் பக்கங்களையும் பாதுகாத்து உதவினார். புத்தகப் பணியை ஒருங்கிணைத்தவர் ஜெபா. முதல் படியை மெய்ப்புப் பார்த்தவர் செல்வராஜ் ஜெகதீசன். திருத்தப் படியை வாசித்துச் செம்மையாக்கத்துக்கு உதவியவர் அரவிந்தன். முகப்புக்கான புகைப்படத்தை உமா சங்கரி வழங்கினார். அடவி முரளி நேர்த்தியாக வடிவமைத்தார். கலா முருகன் இறுதி வடிவத்தை உருவாக்கினார்.

தி. ஜானகிராமன் படைப்புகள் மீதான என்னுடைய ஈடுபாட்டை அறிந்திருக்கும் கண்ணன் சுதந்திரமாக இயங்க வாய்ப்பளித்தார்.

இவர்கள் அனைவரது ஒத்துழைப்பின் விளைவே தி. ஜானகிராமன் கட்டுரைகள் தொகுப்பு. எல்லாருக்கும் மனமார்ந்த நன்றி.

தி. ஜானகிராமன் நூற்றாண்டில் இந்தத் தொகுப்பு வெளியாவது கொண்டாட்டத்துக்கு உரியது. அதேசமயம் முன்னோடி எழுத்துக் கலைஞருக்குச் செலுத்தும் நன்றிக் கடனும்கூட.

'தி. ஜானகிராமன் கட்டுரைகள்' முன்னுரை,
10 நவம்பர் 2021

அழகும் ஒளியும் நிரம்பிய எழுத்துக்கள்

கவிதை தொகுப்புகள், மொழிபெயர்ப்புகள், கட்டுரைகள் என்று பல்வேறு தளங்களில் இடையறாது பங்களித்து கொண்டு வருபவர், தற்போது காலச்சுவடு இதழின் பொறுப்பாசிரியராக பணியாற்றி வரும் கவிஞர் சுகுமாரனின் தொகுப்பில் 'தி. ஜானகிராமன் சிறுகதைகள்' இவ்வருட புத்தக கண்காட்சிக்கு, காலச்சுவடின் புதிய வெளியீடாக வருகிறது. கவிதை மொழியில் அவர் மேற்கொண்ட, பாசாங்கில்லாத, வடிவமைப்பு முயற்சிகள், சொற்தேர்வுகள் மற்றும் அதன் உள்ளடக்கம் பல இளம் கவிஞர்களுக்கு வழிகாட்டுதலாக அமைந்திருக்கிறது. வைக்கம் பஷீர், பால் ஸக்கரியா போன்றோரின் படைப்புகளை மலையாளத்திலிருந்து தமிழுக்கு கொண்டு வந்தவர். பதாகை சிற்றிதழுக்காக அவருடனான மின் அஞ்சல் உரையாடல்.

இந்தத் தொகுப்பில் ஈடுபட்ட போது ஏற்பட்ட உங்கள் அனுபவங்கள் பற்றிச் சொல்லமுடியுமா? காலவரிசை யில் நோக்கும்போது தி.ஜா.வின் ஆரம்பகால படைப்பு களுக்கும் இறுதிகால படைப்புகளுக்கும் ஏதேனும் மாற்றம் தெரிந்ததா? ஒட்டு மொத்தமாக அவருடைய படைப்பில் ஊறியிருக்கும் மைய அக்கறை என்று எதைச் சொல்வீர்கள்?

இலக்கிய வாசகர்கள் எல்லாரிடமும் தங்களுக்கு மிகவும் பிடித்த எழுத்தாளர்கள் என்று ஒரு பட்டியல் இருக்கும். என்னிடமும் இருக்கிறது. அந்தப் பட்டியலின்

முதல் சில பெயர்களில் ஒன்று தி. ஜானகிராமனுடையது. எனக்குப் பிடித்திருக்கிறது என்று நான் சொல்வது ரசனை அடிப்படையில் மட்டுமல்ல; அந்த எழுத்தாளர்கள் தமது படைப்பு மூலம் கற்பித்த விஷயங்களையும் சார்ந்துதான். பெண்கள் மீதான மரியாதையைப் பேணக் கற்றுக் கொடுத்ததில் தி. ஜாவின் படைப்புகளுக்கும் பங்கு உண்டு. கணிசமான பங்கு. அதற்கான கைம்மாறாகவே இந்தத் தொகுப்புப் பணியில் ஈடுபட்டேன். அவருடைய படைப்புகள் மீது எனக்கிருக்கும் மதிப்பைக் காட்டவே இதைச் செய்திருப்பதாக நம்புகிறேன். தொகுப்புப் பணியில் எனக்குக் கிடைத்த முதலாவதும் முதன்மையானதுமான அனுபவம் இதுதான்.

இந்தத் தொகுப்பைக் காலவரிசைப்படித் தொகுக்கவில்லை. வெளிவந்திருக்கும் தொகுதிகளின் வரிசைப்படி தான் அமைத்திருக் கிறேன். காரணங்களை 'தி. ஜானகிராமன் சிறுகதைகள் – முழுத் தொகுப்பு'க்கு எழுதியிருக்கும் பதிப்புரையில் விரிவாகவே முன்வைத்திருக்கிறேன். ஜானகிராமன் கதைகளில் பெருமளவுக்கு தூலமான மாற்றங்கள் இல்லை. முதல் கதையான 'மன்னித்து விடு' வில் ஆரம்ப கட்ட எழுத்தின் குறைகள் உள்ளன. ஆனால் கதைப்போக்கு, பாத்திரங்களின் உரையாடல், கதையின் வடிவம் ஆகியவற்றில் பிற்காலக் கதைகளின் முன் மாதிரியாகவே அமைந்துள்ளது. ஒரு செவ்வியல் பூரிதநிலை கொண்டவை அவரது கதைகள். அவை காலத்தின் போக்குக்கு ஏற்ப மாற்றம் அடையவில்லை கால, இட மாறுதல்கள் உள்ளடக்கத்தில் நுட்பமான மாற்றங்களை நிகழ்த்தியிருந்தாலும் அவரது கதைக் கலையின் செவ்வியல் நிலைக்கு வெளிப்படையான மாற்றம் ஏற்பட்டிருக்கவில்லை. மொழிவழக்கில் மட்டுமே மெல்லிய மாறுதல்கள் தெரிகின்றன. எனவே, காலவரிசைப்படி கதைகளைத் தொகுப்பதைவிடவும் வெளிவந்திருக்கும் தொகுப்புகளில் இருப்பதுபோலவே வரிசைப்படுத்துவது என்ற தீர்மானத்தை மேற்கொண்டேன்.

தி. ஜானகிராமனின் கதைகளின் மைய அக்கறை 'மனித சேஷ்டைகள்'தாம். மனிதர்களைக் கொண்டாடி அலுப்பதில்லை அவருக்கு. அன்பு, பாசம், காதல், பரிவு என்று வெவ்வேறு வார்த்தைகளில் சொல்லப்படும் உணர்வு நிலைகளின் மையமான மானுடக் கருணையே அவரது படைப்பின் மையம் என்று சொல்லத் தோன்றுகிறது. மனிதர்கள் இந்த உணர்வுகளைக் கொண்டவர்களாகவே இருக்க முடியாமற் போவது அவர்களது சூழ்நிலையின் காரணமாகவே என்று அழுத்தமாகச் சொல்கிறார். அந்தச் சிக்கலையே அவர் பேசுபொருளாகக் கருதுகிறார். மானுடத் தத்தளிப்பின் பருவ மாற்றங்கள்தாம் அவரது படைப்புகளின் மையம்.

இந்தக் கதைகள் வேறு வேறு பதிப்பகங்கள் மூலம் பல பதிப்புக்களில் வந்திருக்கும். அப்போது பாட பேதங்கள் நேர்ந்திருக்கலாம், அல்லது முந்தைய பதிப்புக்களில் இருந்திருக்கக்கூடிய பிழைகள் களையப்பட்டிருக்கலாம். சில பதிப்புக்கள் இப்போது புழக்கத்திலேயே இல்லாமல் இருக்கலாம், காலச்சுவடில்கூட சில தி.ஜா சிறுகதை தொகுப்புகளின் முதல் பதிப்பு வாசகரிடம் இருந்தால் அனுப்பி வைக்குமாறு அறிவிப்பு வெளியிடப்பட்டிருந்தது.

இந்நிலையில் ஒரு கதையின் செம்பதிப்பு இதுதான் என்று முடிவுசெய்யும்போது சந்தித்த சவால்கள் ஏதேனும் உண்டா, இதுதான் சரியான பதிப்பு என்று இறுதி முடிவு எப்படி எடுக்கப்படுகிறது? (கு.ப.ரா. சிறுகதைகளை பதிப்பிக்கும்போது 'அதப்பாதாளம்' என்ற வார்த்தை தன்னை எப்படி அலைக்கழித்தது என்று பெருமாள் முருகன் கூறுகிறார், அப்படி ஏதேனும் நீங்களும் எதிர்கொள்ள வேண்டி இருந்ததா?)

தி. ஜானகிராமன் கதைகள் வெவ்வேறு பதிப்பகங்கள் வாயிலாக வந்திருக்கின்றன. அவை இப்போதும் கிடைத்துக் கொண்டு இருக்கின்றன. அவற்றில் பாட வேறுபாடுகள் இருக்கலாம் என்ற சந்தேகம் எனக்கும் இருந்தது. பெரும்பாலான தொகுப்புகள் அவர் வாழ்ந்த காலத்திலேயே வெளிவந்தவை. அவரது மறைவுக்குப் பிறகு 'எருமைப் பொங்கல்' என்ற ஒரே ஒரு தொகுப்பு வெளிவந்தது. அதுவும் 'அடி' என்ற பெயரில் குறுநாவலும் சிறுகதைகளும் சேர்ந்த தொகுப்பாக முதலில் வெளியிடப்பட்டு, பிறகு சிறு கதைகள் மட்டும் கொண்ட 'எருமைப் பொங்கல்' என்ற தனித்தொகுப்பாக வெளியானது.

ஜானகிராமன் வாழ்ந்த காலத்திலேயே பெரும்பான்மைத் தொகுப்புகளும் வெளிவந்தன என்பதை வைத்து அவற்றின் கதைத் தேர்வும் வரிசை அமைப்பும் அவரே தீர்மானித்தது என்ற முடிவுக்கு வந்தேன். அவரை அறிந்த இலக்கியவாதிகள் அதை உறுதிப்படுத்தவும் செய்திருந்தார்கள். தி. ஜானகிராமனின் நண்பர்களும் சக எழுத்தாளர்களுமாக இருந்த கரிச்சான் குஞ்சு, ஸ்வாமிநாத ஆத்ரேயன் ஆகியோரைச் சந்தித்துப் பேசும் வாய்ப்பு எனக்கு இருந்தது. அவர்களுடனான உரையாடலில் கிடைத்த தகவல் இந்தத் தீர்மானத்தை எட்ட உதவியது. 'ஜானகிராமன் ஒரே இருப்பில் எழுதி முடிப்பார். கதையின் பூரண வடிவம் அவர் மனதுக்குள்ளே இருக்கும். அதைப் பார்த்துக் காகிதத்தில் காப்பி பண்ணுவதுபோல எழுதி முடித்து விடுவார். அப்படியே பத்திரிகைகளுக்கு அனுப்பியும் விடுவார். புத்தகமாக வரும்போதும் பெரிதாக ஒன்றும் மாற்றமிருக்காது' என்ற தகவல் நினைவுக்கு வந்து உதவியது.

இருந்தாலும் என் சந்தேகங்களைத் தீர்த்துக் கொள்ள, முதல் பதிப்பை ஆதாரமாகக்கொள்வது என்று முடிவு செய்தேன். அதையொட்டியே காலச் சுவடிலும் ஃபேஸ்புக்கிலும் அறிவிப்புகள் வெளியிடப்பட்டன. கிடைத்த முதல் பதிப்புகள் என் தீர்மானத் துக்கு எதிராக இருக்கவில்லை என்பது பெரும் ஆறுதலைக் கொடுத்தது. சில கதைகளை அவை வெளிவந்த இதழ்களை வைத்து ஒப்பிட்டுப் பார்த்தேன். பத்தி பிரிப்பு, அச்சுப் பிழை தவிர வேறு மாற்றங்கள் அநேகமாக இல்லை. கதைகளில் நீக்கல்களோ சேர்க்கையோ இல்லை. விதி விலக்காக ஒரு கதையில் மட்டுமே மாற்றம் செய்யப்பட்டிருக்கிறது. 'தேனீ' இதழில் வெளிவந்த 'ரத்தப் பூ' என்ற கதை 'சிவப்பு ரிக்ஷா' தொகுப்பில் சேர்க்கப்பட்டபோது 'சண்பகப்பூ' என்று தலைப்பு மாற்றப்பட்டுள்ளது.

தி. ஜானகிராமன் மறைந்து ஒரு நூற்றாண்டொன்றும் ஆகிவிடவில்லை. 33 வருடங்கள் என்பது வரலாற்றில் நெடுங்கால மும் அல்ல. ஆனால் இந்தக் காலப் பகுதியைச் சேர்ந்த ஓர் எழுத்தாளரின் படைப்புகளைத் தொகுப்பது அவ்வளவு எளிதாக இருக்கவில்லை. அரும்பாடு பட்டே முதல் பதிப்புகளைக் கண்டு பிடிக்க வேண்டியிருந்தது. வெளியான இதழ்கள் கிடைத்தற்கரியன வாக இருந்தன. இவைதாம் சிரமம் தருவதாக இருந்தன. அதைக் கணிசமான அளவுக்குக் குறைத்துக்கொள்ளப் பலரும் உதவி யிருக்கிறார்கள். பல நூலகங்கள் துணை செய்தன.

இந்தக் கேள்வியின் ஒரு பகுதிக்குத் தன்னிலை விளக்கமாகச் சிலவற்றைச் சொல்ல விரும்புகிறேன். 'தி. ஜானகிராமன் சிறுகதைகள் – முழுத் தொகுப்பை' செம்பதிப்பு என்று குறிப்பிட எனக்குத் தயக்கம் இருக்கிறது. இது முழுமையை நோக்கிய முதல் முயற்சி மட்டுமே. இதில் பூர்த்தி செய்யப்பட வேண்டிய இடங்கள் இன்னும் இருக்கின்றன. அதைச் செய்து விட முடியும் என்ற நம்பிக்கையை இந்தப் பணி எனக்குக் கொடுத்திருக்கிறது. நான் ஆய்வாளன் அல்லன். ஆய்வுக்கான முறையான கருவிகள் என்னிடம் இல்லை. ஆய்வுக்கான 'கல்விப்புலப் பொறுமை'யும் – அகடெமிக் பேஷன்ஸ் – சுத்தமாக எனக்கில்லை. பகுத்து ஆராயும் நுண்மாண் நுழைபுலமும் கிடையாது. இந்தத் தொகுப்பில் என் கருவிகள் எனது வாசிப்பும் ரசனையும் உள்ளுணர்வு சார்ந்த முடிவுகளும் மட்டுமே. அதனாலேயே இந்தப் பதிப்பை நான் 'ஆர்வப் பதிப்பு' என்றே குறிப்பிடுகிறேன். இந்தப் பதிப்பை இன்னும் செம்மைப்படுத்த வேண்டும் என்ற ஆர்வமும் செய்வேன் என்ற நம்பிக்கையும் இருக்கிறது. அதை இந்தத் தொகுப்புப் பணி அளித்திருக்கிறது.

தி.ஜா. தன்னிடம் யாராவது ஒரு சிறுகதை எழுதித் தருமாறு கேட்டால் வயிற்றில் புளியைக் கரைக்கும் என்று எழுதியிருந்ததாக

நீங்கள் குறிப்பிட்டிருக்கிறீர்கள். வெகுஜன பத்திரிகைகளில் எழுதினாலும் இலக்கியதரத்தை இழந்துவிடாமல், அதே சமயம் வாசிக்கும் வாசகருக்கு சுவாரசியமாகவும், மனதை விட்டு அகலாது இருக்கும்படியும் படைப்புகள் உருவாக்குவதற்கு அவர் பட்டபாடு அந்த ஒரு வாக்கியத்தில் தெரிந்துவிடுகிறது. வில்லியம் ஃபோக்னரின் கூற்றாக "Short story is the most demanding form only after poetry" என்றும் சொல்வார்கள். ஒரு கவிஞராக, திஜாவின் சிறுகதைகளை நீங்கள் எப்படி பார்க்கிறீர்கள்?

ஒரே வீச்சில் மூன்று கேள்விகளா? அநியாயம் ஐயா. சரி, முதல் வரியைப் பற்றி.

தி.ஜா.வை அநாயாசமான எழுத்தாளர் என்று சொல்லலாமே தவிர சரளமான எழுத்தாளர் என்று சொல்ல மாட்டேன். புதுமைப்பித்தனிடம்தான் இந்த இரண்டும் ஒன்றிணைந்திருக்கின்றன. 'தீப்பிடித்த வேஷ்டியை உதறும் வேகத்தில்' அவரால் கதைகளை எழுத முடிந்திருக்கிறது என்பதை அவரே சொல்லியிருக்கிறார். அவரது பலகதைகளும் அதற்குச் சான்றாகவும் இருக்கின்றன. தி. ஜா. ஒரு கதையை அதன் முழு வடிவில் யோசிக்கிறவராகவே இருந்திருக்கிறார். காத்திருந்து வெளிப்படுத்தியிருக்கிறார். 'சிறுகதை எழுதுவது எப்படி?' என்ற கட்டுரையில் 'சிலிர்ப்பு', 'கண்டாமணி' ஆகிய கதைகளின் உருவாக்கம் பற்றி எழுதியுள்ளதை வைத்து இதைச் சொல்ல முடியும். இந்தக் காத்திருப்பு வேளைதான் சிறுகதை கேட்டால் வயிற்றில் புளியைக் கரைக்கும் உணர்வுக்குக் காரணம் என்று எண்ணுகிறேன்.

இரண்டாவது பகுதிக்கான பதில்: தி.ஜா. செவ்வியல் தன்மையைக் கொண்டவர் என்பது என் கருத்து. அவரது படைப்பு மனம் இயல்பாகவே ஒரு பூரிதநிலையை எட்டியிருந்தது. அதில் மேலதிகமாக எதையும் சேர்க்கவோ அல்லது எடுக்கவோ அனுமதிக்காத முழுமையை அந்த மனம் கொண்டிருந்தது. காற்றிலிருந்து ஈரத்தை உறிஞ்சிக்கொள்வதுபோல காலத்தின் கசிவை அந்தப் படைப்பாற்றல் உள்ளிழுத்துக் கொண்டு தன்னை நிரந்தரப் புதுமையாகவும் வைத்துக்கொண்டிருந்தது என்றே நம்புகிறேன். இன்று வாசிக்கும்போதும் தி. ஜானகிராமனின் கதைகள் புதுமை குன்றாதவையாகவும் வாசகனை ஈர்க்கும் வசீகரத்தை இழந்துவிடாதவையாகவும் இருப்பது இந்த குணத்தால் தான் என்று தோன்றுகிறது.

செவ்வியல்தன்மையின் இன்னொரு கூறு அழகுணர்ச்சி. தமிழில் அழகுணர்ச்சி மேலிட எழுதப்பட்ட கதைகள் தி. ஜானகிராமனுடையவை. தனது எழுத்தை செளந்தர்ய உபாசனை என்று சொன்ன லா.ச.ரா. நினைவுக்கு வருகிறார். ஜானகிராமனின் சக

காலத்தவர். எனினும் அழகுணர்ச்சி குறித்த இரு எழுத்தாளர்களின் பார்வையும் வேறுபட்டவை. லா.ச.ரா. இயல்பிலேயே அழகானதை ஆராதனை செய்யும்போது ஜானகிராமன் தனது ஆராதனை வாயிலாகவே ஒன்றை அழகானதாக ஆக்குகிறார். பொக்கை வாயும் சருமமே தெரியாத அளவு முகச் சுருக்கங்களும் கொண்ட மூதாட்டி பார்வைக்குக் குரூபியாக இருக்கலாம். ஆனால் அந்த முகத்தை நுட்பமாகப் பதிவு செய்யும் ஓவியத்தையோ புகைப்படத்தையோ அழகில்லாதது என்று சொல்லுவதில்லை. எதார்த்தத்தின் மீது கலையின் ஸ்பரிசம் பட்டு அழகானதாகிறது அந்த நகல். ஜானகிராமனின் கலையின் அடிப்படை இதுதான்.

அதனாலேயே அவர் கதைகளில் சித்தரிக்கப்படும் எதுவும் அழகானதாகவும் வெளிச்சம் நிரம்பியதாகவும் அமைகிறது. அந்த அழகின் ஆழத்தில் மனிதனின் ஆதார உணர்வுகளின் சிக்கல்களும் மோதல்களும் கிடக்கின்றன. அழகை விரும்பி வாசிப்பவனுக்கு கதை, ஜனரஞ்சக சுவாரசியமுள்ளதாகவும் ஆழத்தை உணர்பவனுக்கு இலக்கிய நுண்மை கொண்டதாகவும் ஆகிறது. இந்த ரசவாதத்தை தமிழ்ச் சிறுகதைகளில் வெற்றிகரமாகச் சாதித்தவர்களில் முக்கியமானவர் ஜானகிராமன் என்பது என் தரப்பு.

மூன்றாம் கேள்விக்கு இந்த பதில். தி. ஜானகிராமன் கதைகளை ஒரு தீவிர வாசகனாகவே பார்க்கிறேன். வாசிக்கிறேன். கவிதையும் சிறுகதையும் வெவ்வேறானவை என்ற போதம் எனக்கு இருக்கிறது என்று நம்புகிறேன். கவிதை ஒன்றைச் சுருக்கிப் படிமமாக்குகிறது. கதை அதை விரித்து வரலாறாக்குகிறது. கவிதைக்குள் எல்லாத் தகவல்களும் சுருக்கப்படும்போது கதையில் எல்லாம் நுட்பமாக நிரல்படுத்தப்படுகிறது. இரண்டிலும் கவித்துவ நிலையை எட்டும் வாய்ப்புகள் அதிகம். செய்தி என்ற தி.ஜாவின் கதையின் உச்சம் கவித்துவமானது. இன்னும் உதாரணங்கள் சொல்லலாம். 'சிலிர்ப்பு', 'பரதேசி வந்தான்', 'பாயசம்', 'தவம்', 'சுளிப்பு' என்று பெரும் பட்டியலையே முன்வைக்க முடியும். ஒரு நிகழ்வின் உச்சத்தில், ஜானகிராமனின் வார்த்தையில் சொன்னால் தெறிப்பு நிகழும் கணங்கள் இவற்றில் இருக்கின்றன. அந்த வகையில் கவிஞனாக அந்தக் கணங்களை ஏற்கிறேன். திளைக்கிறேன். அந்தக் கணங்களுடன் என்னைப் பொருத்திப் பார்த்து சுயமதிப்பிடு செய்து கொள்கிறேன்.

இதை இப்படிச் சொல்லலாமா? உப்பில் ஊறியதும் உப்பும் ஒன்றல்ல. ஆனால் சாரத்தில் ஒன்று. கதைக்கும் கவிதைக்குமான கவித்துவம் பொதுவானது. அந்தக் கவித்துவத்தை அடையும் தர்க்கம் நிச்சயம் வேற்பட்டது.

மோகப் பெருமயக்கு

இன்றைக்கு சர்ச்சையில் அடிபடும் காலச்சுவட்டின் வெளியீடான 'மாதொருபாகனில்' இடம்பெறும் சில கூறுகள், தன்னுடைய 'நளபாகம்' போன்ற படைப்புகளில் திஜா-வும் தொட்டுச் சென்றிருக்கிறார். அதைப் பற்றி உங்கள் கருத்து?

உங்கள் ஒப்பீடு மகிழ்ச்சியை அளிக்கிறது. இந்த இரு நாவல் களையும் அவற்றின் மையப் பொருள் சார்ந்து யாரும் பார்க்க வில்லை. அதற்காகப் பாராட்டுகள். குழந்தைப் பேறு இன்மையும் அதையொட்டிய துயரமும்தான் இரு நாவல்களின் மையம். ஆனால் சொல்லப்பட்ட முறையிலும் மையப் பொருளை அணுகியிருக்கும் முறையிலும் நடையிலும் வேறுபட்டவை. 'நள பாகம்' பிரச்சனையைப் பூடகமாகக் கையாளுகிறது. 'மாதொருபாகன்' சற்று வெளிப்படையாகவும். அது கால நிர்ப்பந்தம். ஜானகிராமன் இதை எழுதிய எழுபதுகள் இன்றைய அளவுக்குச் சுதந்திரமானதல்ல. ஆனாலும் அவரால் எழுத முடிந்திருக்கிறது. பெருமாள் முருகன் எழுதியிருக்கும் காலம் அன்றைய அளவுக்குக் கட்டுப்பெட்டித்தனமானதல்ல; இருந்தும் எழுதியதால் வேட்டையாடப்படுகிறார். நாம் காலத்தில் பின்னோக்கிப் போகிறோம் போல.

மலையாள எழுத்தாளர் எம்.டி. வாசுதேவன் நாயர் எழுபது களின் தொடக்கத்தில் 'நிர்மால்யம்' படத்தை எழுதி இயக்கினார். மரபுக்கு எதிரான முடிவு கொண்ட படம். காலங்காலமாக பகவதியின் பக்தனாக, சேவகனாக வாழ்ந்த வெளிச்சப்பாடு (சாமியாடி) தனது நிர்க்கதியான நிலைக்குக் காரணம் பகவதியே என்ற கோபத்துடன் தெய்வச் சிலையின் மீது உமிழ்வதுதான் உச்சக் கட்டக் காட்சி. சில ஆண்டுகளுக்கு முன்பு எம்.டி.யிடம் 'நிர்மால்யம்' போன்ற படத்தை நீங்கள் ஏன் பிற்பாடு எடுக்கவில்லை என்று கேட்டபோது சொன்னார். 'இந்தப் படத்தை அன்று எடுத்ததால் தப்பினேன். இன்று எடுத்திருந்தால் உயிரோடு கொளுத்தியிருப்பார்கள்.'

நாம் சகிப்பின்மையின் தீச் சூழலில் வாழ்கிறோம் என்பதைத் தான் 'மாதொரு பாகன்' நாவல் சர்ச்சை சொல்லுகிறது.

குறுக்கீடாகச் சொல்லலாம். 'அம்மா வந்தாள்' நாவலை எழுதியபின் தி. ஜா.வும் இதுபோன்ற அவதூறுகளுக்கும் ஊர் விலக்கத்துக்கும் ஆளாகியிருந்திருக்கிறார். சொந்த அண்ணாவே அவரிடம் ஜென்மப் பகை கொண்டிருந்திருக்கிறார். சொல்வனம் தி.ஜா. சிறப்பிதழில் இருக்கும் கரிச்சான் குஞ்சுவின் கட்டுரையை வாசித்தால் புரியும்.

இந்த நூல் உருவாக்க அனுபவத்தில் நீங்கள் எதிர்கொண்ட எழுத்துக்கு அப்பால், புறச்சூழல் சார்ந்த பிரச்சினைகள், தீர்வுகள்

பற்றி? இவை உங்கள் பார்வையில், இயங்குதளத்தில் ஏதேனும் மாற்றம் கொண்டு வந்திருக்கிறதா?

நூல் உருவாக்கம் தனி நபர் வேலை மட்டுமில்லையே, பலரும் உதவியிருக்கிறார்கள். எனவே பிரச்சனைகள் அநேகமாக இல்லை. அப்படியே இருந்தாலும் அதற்கான தீர்வுகளை அந்தச் செயல்பாட்டின்போதே கண்டுபிடிக்கவும் முடிந்தது. இந்த நூலாக்கத்துக்குத் தேவையான ஆய்வை மேற்கொண்டிருக்கிறேன். அலைந்திருக்கிறேன். உழைத்திருக்கிறேன். இவையெல்லாம் பிரச்சனைகள் அல்லவே. பார்வையிலும் இயங்குதளத்திலும் மாற்றங்களை இந்த நூலாக்கம் கொண்டு வந்திருக்கிறதா என்ற கேள்விக்கு என்னிடம் உடனடி பதில் இல்லை. அவை எனக்கே மெல்லத் தெரியலாம்.

தமிழ் இலக்கிய வாசிப்பு பழக்கம் கொண்ட ஒவ்வொருவரையும் ஜானகி ராமன் ஏதோ ஒரு விதத்தில் பாதித்திருப்பார். தனது ரசனையை வெறும் எழுத்தாக வெளிக்காட்டாமல், ஆத்ம எதிரொலிப்பாக, நிகழ்த்திக் காட்டியவர். திஜா-வின் வீச்சு இன்றைய இளைஞர் சமுதாயத்தை எட்டியிருக்கிறதா? இந்த சிறுகதை தொகுப்பு அதன் விடுபட்ட வெளிகளை இட்டுநிரப்புமா?

தி.ஜானகிராமனின் எழுத்தைக் குறித்த சிறப்பு வாசகங்களைத் தவிர்த்துவிட்டு யோசிக்க விரும்புகிறேன். இது தி.ஜாவுக்கு மட்டுமல்ல, பிற இலக்கிய முன்னோடிகளுக்கும் பொருந்தும். கடந்த பத்துப் பதினைந்து ஆண்டுகளில் தமிழில் இலக்கிய விழிப்பு அதிகரித்திருக்கிறது என்பது என் கணிப்பு. இதன் விளைவுகள் எந்த அளவு வலுவானவை அல்லது சோடையானவை என்பதைக் காத்திருந்து அறியலாம். வாசிப்பின் மறு மலர்ச்சிக்காலம் இது என்று சொல்ல ஆசைப்படுகிறேன். தொழில்நுட்ப மாற்றங்கள், பதிப்புத்துறை முன்னேற்றம் எல்லாம் இதற்குக் காரணங்கள். அதைவிட முக்கியம் புதிய இளைஞர் சமுதாயம் வாசிப்பின் உலகில் சரளமாக நடமாடத் தொடங்கியிருப்பது. அதன் மூலம் வாசிப்பின் எல்லைகள் விரிவடைந்திருக்கின்றன. இந்த விரிவாக்கம் பிரம்மாண்டமானதல்ல. எனினும் குறிப்பிடத் தகுந்தது. ஒவ்வொரு ஆண்டும் புத்தகக் கண்காட்சியை ஒட்டி வெளியாகும் நூல்களின் எண்ணிக்கையும் புதியவர்களின் இலக்கிய உலக நுழைவும் இதை நிரூபிக்கின்றன. வாசிப்பின் சுப முகூர்த்தம் ஒன்றில் இளைஞர்கள் முன்னோடிகளை எட்டிவிடுகிறார்கள் என்றே நம்புகிறேன்.

தி.ஜானகிராமனுக்கும் இந்த வரவேற்பு இருக்கும்; இருக்கிறது. சென்ற ஆண்டு காலச்சுவடு பதிப்பகம் வெளியிட்ட அவரது முதல் சிறுகதைத் தொகுப்பு இதற்குள் இரண்டாம் பதிப்புக் கண்டிருக்கிறது. இது கவனத்துக்குரியது என்று நினைக்கிறேன்.

1990களை ஒட்டிய ஆண்டுகளில்தான் முன்னோடி எழுத்தாளர்களின் படைப்புகள் காலாவதியானவை என்ற கருத்துப் பரவலாக இருந்தது. புதிய கோட்பாடுகள் பேசப்பட்ட மும்முரத்தில் இந்தக் கருத்துகள் சொல்லப்பட்டன. ஆசிரியன் செத்துப் போனான்; எதார்த்தவாதம் செத்துப் போனது என்று கருமாதிப் பத்திரிகைகள் வாசிக்கப்பட்டன. ஒருவகையில் அது 'பற்றி எழுத்து'களின் காலம். ஒரு எழுத்தாளரின் படைப்புகளை நேரடியாக வாசிக்காமல் அவரைப் பற்றி எழுதப்பட்டவற்றை மட்டுமே வாசித்து அவரை விலைபோட்ட காலம். ஜானகிராமனின் எழுத்துகளை வாசிக்காமலேயே அவரைப் பற்றிப் பேசப்பட்டது. அந்தக் கோட்பாட்டுக் காலம் கரைந்ததும் எதார்த்தவாத எழுத்து முக்கியத்துவம் பெற்றது. இன்றும் அது தொடர்வதாகவே எண்ணுகிறேன். இது தி.ஜா. போன்ற எதார்த்தவாத எழுத்தாளர்களை மீண்டும் வாசிக்கவும் மதிப்பிடவும் உகந்த காலம். வெறும் சம கால மோஸ்தர்களுக்கு ஒத்து வரும்படி எழுதப்படும் கதைகளால் அலுப்படைந்திருக்கும் புதிய வாசகன் இதை சட்டென உள் வாங்கிக்கொள்வான் என்று உறுதியாக நம்புகிறேன். காலச்சுவடு பதிப்பகம் வெளியிட்ட 'கு. அழகிரிசாமி கதைகள்', 'கு.ப.ரா சிறுகதைகள்' போன்றவை மிக வேகமாக இரண்டாம் பதிப்பை எட்டியிருப்பதிலிருந்து இதை ஊகிக்கிறேன். புதிய வாசகர்கள் அல்லது இளைய சமுதாயம் வாங்கியிராமல் இந்த விற்பனை சாத்தியமில்லை. தவிர, எதார்த்தவாதச் சிறுகதைகளே இன்று உலகம் முழுவதும் எழுதப்படுகின்றன. ரேமண்ட் கார்வரின் கதைகளும் ஹருகி முரகாமியின் கதைகளும் உதாரணங்கள். இவை பழைய எதார்த்தவாதக் கதைகளுக்கான அணுகுமுறையில் பார்க்கப்படுவதில்லை. புதிய நோக்கிலேயே பார்க்கப்படுகின்றன. அப்படிப் பார்க்கப்பட வேண்டியவர்தான் தி. ஜானகிராமன் என்பது என் உறுதியான நம்பிக்கை. ஒரு வாசகனாகவே இதைச் சொல்ல முடியும். என் போன்ற வாசகர்கள் இருக்கிறார்கள் என்பதையும் அழுத்தமாகச் சொல்ல முடியும்.

முப்பதாண்டு கால படைப்பிலக்கிய பயணத்தில், மூத்த எழுத்தாளரின் சிறுகதைகளை தொகுக்கும் பணி உங்களை எந்த அளவிற்கு நிறைவு கொள்ளச் செய்கிறது?

மிகவும் நிறைவு தந்தது. ஏனெனில் நான் என்னை ஒரு பெரும் இலக்கிய மரபின் பின் தொடர்ச்சியாகவே நினைக்கிறேன். மூத்த எழுத்தாளர்களின் படைப்புகளிலிருந்து கற்றுக்கொள்ளவும் பின் தொடரவும் நிறைய இருக்கின்றன என்பது என் எண்ணம். என்னைக் கண்ணியமான வாசகனாக நிலைபெறச் செய்பவை அந்தப் படைப்புகள். அவற்றுக்கு நான் செய்யும் பதில் மரியாதையாகவே இந்தப் பணியை எடுத்துக்கொள்கிறேன். அது பெரும்

நிறைவைத் தருகிறது. உயர்வு நவிற்சியான சொற் பயன்பாட்டில் எனக்கு நம்பிக்கை இல்லை. இருந்தாலும் அந்த வகையிலேயே சொல்கிறேனே, தி. ஜானகிராமன் கதைகளைத் தொகுக்கும் வேலை எனக்கு வாய்த்த பேறு.

எதிர்வரும் காலத்தில் என்னென்ன புதிய திட்டங்களில் ஈடுபடுவதாக இருக்கிறீர்கள்?

வாழ்க்கையிலேயே பெரிய திட்டமிடல் எதுவும் கிடையாது. பிறகுதானே இலக்கியத்தில். சில விஷயங்களில் மனம் சென்று பற்றிக் கொள்ளும். பிறகு அதைச் செயலாக்கும் நடவடிக்கைகளில் தீவிரமாக ஈடுபடும். இது என் பொது இயல்பு அல்லது கோளாறு. அதனால் திட்டமிட்டுச் செயல்படுவதில்லை. ஆனால் என்னால் ஒரு செயலைச் செய்ய முடியும் என்ற எண்ணம் வந்துவிட்டால் கச்சிதமான திட்டங்களை உருவாக்கிக்கொள்வேன். இப்போது புதிய திட்டம் எதுவுமில்லை. கொஞ்சம் கவிதைகள் எழுத விரும்பு கிறேன். நிறைய வாசிக்க விரும்புகிறேன்.

'பதாகை' (இணைய இதழ்)
11 ஜனவரி 2015